INSIGHT PUBLICA

INSIGHT PUBLICA
Nadakkavu, Kozhikode, Kerala
Tel:0495–4020666
www.insightpublica.com
e-mail: insightpublica@gmail.com

Thurichu Nokkunna Vakkukal

(Malayalam Poems)

Raghavan Bellippady

First Edition: September 2018

ISBN 978-93-87398-59-7
Printed and Published by
InsightinPublica Printers and Publishers Pvt Ltd.

തുറിച്ചുനോക്കുന്ന വാക്കുകൾ

രാഘവൻ ബെള്ളിപ്പാടി

INSIGHT PUBLICA

കാസർകോട് ജില്ലയിലെ മുളിയാറിലെ ബെള്ളിപ്പാടിയിൽ 1968 മെയ് 12 ന് ജനനം. അച്ഛൻ: പി കൃഷ്ണൻ നായർ.

അമ്മ: കെ നാരായണി അമ്മ

ഇരിയണ്ണി ഗവ: ഹൈസ്കൂൾ, കാസർകോട് ഗവ: കോളേജ് എന്നിവിടങ്ങളിലായി വിദ്യാഭ്യാസം. ബാംങ്കിംഗ് മാനേജ്മെന്റിൽ എം ബി എ ബിരുദവും കണ്ണൂരിൽ നിന്ന് സഹകരണപരിശീലനവും കരസ്ഥമാക്കിയിട്ടുണ്ട്.

കർണ്ണാടകയിലെ കൽക്കുറ സാഹിത്യസിരി പുരസ്കാരം (കവിത), തുളുനാട് അവാർഡ്, ഉബൈദ് ലൈബ്രറി അവാർഡ് എന്നിവ ലഭിച്ചിട്ടുണ്ട്.

ബോംബേയിൽ ദക്ഷിണേന്ത്യൻ കവിസമ്മേളനത്തിൽ മലയാള ഭാഷയെ പ്രതിനിധീകരിച്ച് കവിത അവതരിപ്പിച്ചിട്ടുണ്ട്. ഗോവ, ബെംഗളൂരു, മംഗളൂരു എന്നിവിടങ്ങളിലും ബഹുഭാഷാ കവിയരങ്ങിൽ പങ്കെടുത്തിട്ടുണ്ട്.ആകാശവാണിയിൽ കവിത ചൊല്ലിയിട്ടുണ്ട്. മലയാളത്തിലെ ആനുകാലികങ്ങളിൽ കവിത പ്രസിദ്ധീകരിച്ചിട്ടുണ്ട്.

കൃതികൾ: *നേർരേഖ* (ലേഖനസമാഹാരം), *സാക്ഷിമൊഴി, ബാർട്ടർ ജീവിതം, കുഴിച്ചിട്ട മൗനം* (കവിതാസമാഹാരം), *വടക്കൻ സ്കെച്ചുകൾ* (ഓർമ്മക്കുറിപ്പുകൾ).

ആത്മചൈതന്യം (കവിതാ സി ഡി), *കാണിക്ക* (ഭക്തിഗാന സി ഡി) എന്നിവ പുറത്തിറക്കിയിട്ടുണ്ട്.

കാസർകോട് പബ്ലിക്ക് സർവ്വന്റ്സ് സഹകരണസംഘത്തിൽ സെക്രട്ടറിയായി ജോലി ചെയ്തുവരുന്നു.

ഭാര്യ: ലതിക എം

മക്കൾ: അമർനാഥ് എൽ ആർ, ചിന്മയി എൽ ആർ

വിലാസം :അമൃതം, ബെള്ളിപ്പാടി, ഇരിയണ്ണി പി ഒ, മുളിയാർ (വഴി), കാസർകോട്-671542, ഫോൺ: 04994250614, 9446271118.

ഇ മെയിൽ:raghavanbellipady@gmail.com

രാഘവൻ ബെള്ളിപ്പാടി

ഉള്ളടക്കം

കവിതകൾ

വാക്കുകൾക്ക് അതീതമായ വാക്കുകൾ

നാലപ്പാടം പത്മനാഭൻ

മലയാള കവിത ആഡംബരങ്ങളും വളച്ചുകെട്ടലും ഉപേക്ഷിച്ച് നേരായ രീതിയിൽ പ്രത്യക്ഷപ്പെട്ടുകൊണ്ടിരിക്കുന്ന കാലമാണിത്. യാതൊരു അലങ്കാരവുമില്ലാതെ അത് പിറന്നപടി വായനക്കാരിലേക്ക് എത്തുകയാണ്. കവിതയുടെ സ്വാഭാവികവും നിഷ്കളങ്കവുമായ അവസ്ഥയാണിത്. പരീക്ഷണങ്ങളും നിരീക്ഷണങ്ങളും പരാജയപ്പെട്ടപ്പോൾ ശരിയായ വാക്കുകൾ നിലനിർത്തി ഉച്ചരിക്കുവാനാണ് ഇന്ന് കവികൾ ശ്രമിക്കുന്നത്. അതിനാൽ കവിതാസ്വാദനത്തിന് ഇന്ന് പുരോഹിതന്റെയോ നിരൂപകന്റെയോ ഇടനില ആവശ്യമില്ല. കവിത എന്ന സർഗാത്മക സൃഷ്ടി. ജി.എസ്.ടി ഇല്ലാതെ നേരിട്ട് കമ്പോളത്തിലെത്തുമ്പോൾ അത് സമാനഹൃദയങ്ങളാണ് കുറഞ്ഞവിലയ്ക്ക് ഏറ്റുവാങ്ങുന്നത്. ഇത്തരം നൈസർഗ്ഗികമായ കവിതകളുടെ സമാഹാരമാണ് രാഘവൻ ബെള്ളിപ്പാടിയുടെ "തുറിച്ചുനോക്കുന്ന വാക്കുകൾ".

വാക്കുകൾ തുറിച്ചുനോക്കുന്നത് കവി കാണുന്നത്- അത് നോക്ക് മാത്രമല്ല, തുറിച്ചുള്ള നോക്കാണ്. അത് തുറങ്കിലടക്കുമെന്ന് ഭീഷണിപ്പെടുത്തുന്നുണ്ട്. അതിന് തുളച്ചു കയറാനുള്ള ശക്തിയുമുണ്ട്. യുദ്ധങ്ങൾക്കും കൊലപാതകങ്ങൾക്കും ആത്മഹത്യകൾക്കും പ്രണയ നൈരാശ്യങ്ങൾക്കും കാരണം വാക്കുകളാണ്. ഉച്ചരിക്കപ്പെട്ട വാക്കുകൾ എയ്തു കഴിഞ്ഞ ശരംപോലെയാണ്. അത് ലക്ഷ്യം പ്രാപിക്കുകതന്നെ ചെയ്യും. വാക്കുകൾക്ക് അതീതമാവുന്ന വാക്കുകൾക്ക് വേണ്ടി ഇവിടെ കവി കാത്തിരിക്കുന്നു.

ജീവിതത്തിന്റെ ദുരന്തപൂർണ്ണമായ ഭൂതകാലത്തെ വാക്കുകൾ കൊണ്ടുമാത്രം അതിജീവിച്ചയാളാണ് രാഘവൻ ബെള്ളിപ്പാടി എന്ന കവി. സങ്കടങ്ങളുടെ പെരുങ്കടലിൽ കവിതയുടെ കച്ചിത്തുരുമ്പുകൊണ്ടുമാത്രം പിടിച്ചുനിന്നയാൾ. ഭൂതകാലത്തെ കണ്ണീരോടുകൂടി മാത്രമേ ഈ കവിക്ക് നോക്കിക്കാണാൻ സാധിക്കുകയുള്ളൂ. പൈങ്കിളിയുടെ കരച്ചിലല്ല കവിയുടെ കരച്ചിൽ തന്നെയാണ് ഇവിടെ കവിതകളായി പരിണമിക്കുന്നത്. കവിതയുടെ രസതന്ത്രം അത്രമേൽ

സ്വാഭാവികമായതു കൊണ്ടാണ് ഇവ. കണ്ണീരുപ്പുകലർന്ന കവിതകൾ ആകുന്നത്. അതുകൊണ്ടാണ്. "അകം നീറി എരിയുമ്പോഴും പുറം തുമലരെറിയുന്ന പാൽ നിലാവാണമ്മ" എന്ന് കവി തിരിച്ചറിയുന്നത്. അമ്മയുടെ തുടർച്ചയായി "ഇളയമ്മ" എന്ന ഒരു കവിതയുമുണ്ട് ഈ സമാഹാരത്തിൽ "വാക്കിനപ്പുറം നോക്കായിരുന്ന ഇളയമ്മ" ഒടുവിൽ ഇളയമ്മയുടെ

"കത്തുന്ന ചിതയിൽ നിന്നും
ഒരു തുണ്ട് ഓർമ്മ
ഇപ്പോഴും പൊട്ടിത്തെറിക്കുന്നുണ്ട്.
കണ്ണിൽ നിന്നും
കവിളിലൂടെ
ഈറനണിയാൻ"

ഈ കവിതകൾ ജീവിതത്തിൽ നിന്നും ചീന്തിയെടുത്ത ഏടുകളാണ്. അവയുടെ വക്കിൽ രക്തമല്ല കണ്ണീരാണ് പൊടിഞ്ഞിരിക്കുന്നത്.

സഹകരണ സംഘത്തിൽ ഉദ്യോഗസ്ഥനായ കവിയുടെ സഹകരണ മനോഭാവം പലകവിതകളിലും തെളിഞ്ഞു നിൽക്കുന്നുണ്ട്. പുറം ലോകത്തെ സഹാനുഭൂതിയോടെയാണ് കവി നോക്കിക്കാണുന്നത്. 'പുകയാത്ത അടുപ്പും', 'വിശപ്പും' കവിയെ 'അസ്വസ്ഥ'നാക്കുന്നു. ഗണിതവും ജി.എസ്.ടിയും 'ആധാര'വും ഒക്കെ ഇവിടെ കവിതയ്ക്കും ആധാരമാകുന്നു.

ഭൂമിയുടെ മരണത്തിൽ വിലപിക്കുന്ന ശക്തമായ പരിസ്ഥിതികവിതകളും ഈ സമാഹാരത്തിലുണ്ട്. ആറടിമണ്ണിന്റെ ഉടയതമ്പ്രാക്കളാണെന്നറിഞ്ഞിട്ടു ആർത്തികൊണ്ട് സർവ്വവും കൈക്കലാക്കാൻ നടക്കുന്ന ആധുനിക മനുഷ്യന്റെ അവസ്ഥ കവികാട്ടിത്തരുന്നു.

"ചത്തുമലച്ച അമ്മയ്ക്ക്
പ്രണാമമർപ്പിക്കാൻ
ഇത്തിരി ഇ-വെള്ളം
കരുതി വെക്കാമൊരു
പ്ലാസ്റ്റിക്ക് കുപ്പിയിൽ...!"

എന്നാണ് ആധുനികരായ വെറിയന്മാരോട് കവി പറയുന്നത്.

ശാസ്ത്രസാങ്കേതിക വിദ്യയുടെ പെരുക്കപ്പെട്ടികയിൽ മനുഷ്യത്വം മരവിച്ച് പോകുന്നത് കവിയെ ഏറെ അസ്വസ്ഥനാക്കുന്നുണ്ട്. 'ഡിജിറ്റൽ പ്രണയം', 'പാർക്കിങ്ങ്', 'ലിങ്ക്', 'ഓവർക്കോട്ട്' തുടങ്ങിയ കവിതകൾ ഇതിന് ഉദാഹരണമാണ്.

ഇന്ന് ഏറ്റെ ചർച്ചചെയ്യുകൊണ്ടിരിക്കുന്ന താരസംഘടനയായ 'അമ്മ'യുടെ മാടമ്പിത്വത്തെക്കുറിച്ച് ക്രാന്തദർശിയെപ്പോലെ കവിതയെഴുതിയിട്ടുണ്ട് രാഘവൻ ബെള്ളിപ്പാടി. 'സാര(താര)സർവ്വസ്വം' എന്ന കവിത ഒരു നേർക്കാഴ്ചയാണ്.

'അവർ അരികിലെത്തി' എന്നത് ഫാസിസത്തിന്റെ വരവിനെക്കുറിച്ചുള്ള കവിയുടെ മുന്നറിയിപ്പാണ്. വർത്തമാനകാല ഇന്ത്യൻ അവസ്ഥയുടെ ഭീകരമുഖം ഈ കവിതയിൽ നിഴലിക്കുന്നു.

'ട' വട്ടത്തിലെ ലക്ഷ്മണ രേഖയിൽ തലവര തിരിച്ചെഴുതിയ" അമ്മയുടെ ആത്മാവിനോട് അടുത്ത ജന്മത്തിൽ നിന്റെ രക്തത്തിൽ പിറക്കേണ്ടതില്ലെന്ന് തീർത്തുപറയുന്ന ഒരു മകനെ 'തലവര' എന്ന കവിതയിൽ കാണാം. വിദ്യയുടെ മൊട്ട്നുള്ളിയെടുത്ത്, കവിതയുടെ കുമ്പൊടിച്ചു എന്നൊക്കെ പരിതപിക്കുമ്പോഴും രാഘവൻ ബെള്ളിപ്പാടിയുടെ മനസ്സിൽ കവിതയുടെ നാമ്പുകൾ ഉണ്ടെന്ന് ഈ സമാഹാരം സാക്ഷ്യപ്പെടുത്തുന്നു. കുമ്പൊടിയാത്ത മലയാളകവിതയുടെ 'വെള്ളിപ്പാടി' യാകട്ടെ രാഘവൻ ബെള്ളിപ്പാടിയുടെ കവിതകൾ.

നാലപ്പാടം പത്മനാഭൻ
'തണൽ'
ആനന്ദാശ്രമം,
കാസർകോട്.

വാക്കു വീഴുമ്പോൾ ചെന്നുകൊള്ളുന്നത്

ഡോ. ജിനേഷ് കുമാർ എരമം

എന്തിനാണ് കവിതയെഴുതുന്നത്? ഈ ചോദ്യത്തിന് ഓരോകാലത്തും ഓരോ ഉത്തരമായിരുന്നു.

കാവ്യം യശസ്സേർത്ഥകൃതേ
വ്യവഹാര വിദേ ശിവേതരക്ഷതയേ
സദ്യഃ പരനിർവൃതയേ
കാന്താസമ്മിതയോപദേശയുജേ.

എന്ന് മമ്മടൻ എന്ന പ്രാചീന സംസ്കൃതാലങ്കാരികൻ. കവിതയിലൂടെ കവിക്ക് കീർത്തിയും ധനവും ലഭിക്കുന്നു. കവിക്കും ഒപ്പം സഹൃദയനും ലോകവ്യവഹാരത്തെക്കുറിച്ച് അറിവ് ലഭിക്കുന്നു. അമംഗളങ്ങൾ ഇല്ലാതാവുന്നു. ആസ്വാദനത്തിലൂടെ പരമമായ നിർവൃതി കിട്ടുന്നു. കാന്തയെപ്പോലെ അഭിരമിച്ച് ഉപദേശങ്ങൾ നേടുന്നു. ഇത് കാവ്യപ്രയോജനത്തെക്കുറിച്ചുള്ള ഫ്യൂഡൽ സങ്കൽപമാണ്. കവിതകൊണ്ട് വിപ്ലവമുണ്ടാക്കാമെന്നും സാമൂഹികവ്യവസ്ഥയെ പൊളിച്ചെഴുതാമെന്നും പിൽക്കാലത്ത് പലരും കരുതി.

ഇന്ന് സമൂഹത്തോട് കടപ്പാടുള്ള ഏതൊരു കവിയും ചെയ്യുന്നത് നിലവിലുള്ള വ്യവസ്ഥ സൃഷ്ടിച്ചുകൊണ്ടിരിക്കുന്ന സാമാന്യബോധത്തിനെതിരായ പ്രതിബോധ(വിശേഷബോധം)മുണ്ടാക്കുകയാണ്. ഏതൊരു സാമൂഹികവ്യവസ്ഥയും നിലനിൽക്കുന്നത് അതിനുവേണ്ട സാമാന്യബോധമുൽപ്പാദിപ്പിച്ചുകൊണ്ടാണ്. രാജാവ് ദൈവമാണെന്നും (രാജാപ്രത്യക്ഷ ദൈവതം) ജന്മിത്തവും ജാതീയതയും ദൈവദത്തമാണെന്നുള്ള സാമാന്യബോധമാണ് ഫ്യൂഡലിസത്തെ നിലനിർത്തിയത്. എന്നാൽ കവിതകളിലൂടെയും മറ്റും ഇതിനെതിരായ പ്രതിബോധം നാമ്പിടുകയും അത് ജനങ്ങളിൽ പ്രചരിക്കുകയും ചെയ്തതോടെ ഫ്യൂഡലിസം ഇല്ലാതാക്കേണ്ടുന്ന തിന്മയാണെന്ന ധാരണയുണ്ടായി. ഒടുവിൽ ജനങ്ങൾ സംഘടിച്ച് ആ വ്യവസ്ഥയെ കടപുഴക്കി. മാർക്സ് പറഞ്ഞതുപോലെ ആശയങ്ങൾ ജനങ്ങളിൽ പിടിമുറുക്കുകയും ഭൗതിക ശക്തിയായിത്തീരുകയും ചെയ്തു.

ആഗോളവൽക്കരണത്തിന്റെ മൂർദ്ധന്യത്തിലാണ് ഇന്നു നാം.

ഏതാനും കോർപ്പറേറ്റ് ഭീമന്മാർ ലോകമാകെ വിലയ്ക്കുവാങ്ങാൻ പോന്നത്രയും സമ്പത്ത് കുന്നുകൂട്ടിയിരിക്കുന്നു. ആർത്തിശമിക്കാത്ത അവരുടെ വായിലേക്ക് ശേഷിച്ച സമ്പത്തുകൂടി ഇട്ടുകൊടുക്കാൻ ഭരണകൂടങ്ങൾ മത്സരിക്കുന്നു. ഒരു മനഃസാക്ഷിക്കുത്തുമില്ലാതെ തങ്ങൾക്കുവേണ്ടി പാവങ്ങളുടെ കഴുത്തറുക്കാൻ കൈയറപ്പില്ലാത്ത ഫാസിസ്റ്റുകളെ കോർപ്പറേറ്റുകൾ അധികാരത്തിലേറ്റുന്നു. കോർപ്പറേറ്റുകളും അവരുടെ കൊച്ചുപതിപ്പുകളായ മറ്റു കച്ചവടക്കാരും ലോകത്തെ വെറും വിപണിയാക്കി മാറ്റിയിരിക്കുന്നു. അവരുൽപാദിപ്പിക്കുന്ന സാമാന്യബോധം മാത്രമാണ് ഇന്ന് നമ്മുടെ അറിവ്. അവർ ലാഭത്തിനായി തയ്യാറാക്കിയ കെണികളിൽ നാം പെട്ടുപോവുകയും അതാണ് ജീവിത സുഖമെന്ന് തെറ്റിദ്ധരിക്കുകയും ചെയ്യുന്നു. എല്ലാം കച്ചവടമായിത്തീരുന്ന ഈ വ്യവസ്ഥയിൽ വിൽക്കാൻ പറ്റുന്നതെല്ലാം നല്ലതാണെന്നു വരുന്നു.

സമൂഹത്തെ രൂപകൽപ്പന ചെയ്യുന്ന സാമ്പത്തിക താൽപ്പര്യങ്ങളെയും അധികാരഘടനയുടെയും യാഥാർത്ഥ്യം തിരിച്ചറിയാതെ അതിൽ കണ്ണിചേർന്നു പോവുകയാണ് ഭൂരിഭാഗമാളുകളും. ഒഴുക്കിനൊപ്പം നീന്തുന്ന അവരെ തട്ടിയുണർത്തി വ്യവസ്ഥയുടെ മറുവശം കാട്ടിക്കൊടുക്കുന്നതിലൂടെയാണ് പ്രതിബോധനിർമ്മാണം നടക്കുന്നത്. ഇങ്ങനെയൊരു ദൗത്യമാണ് ഈ കവിതാ സമാഹാരത്തിലൂടെ രാഘവൻ ബെള്ളിപ്പാടി നിർവഹിക്കുന്നത്. വിപണിവ്യവസ്ഥയുടെ വക്താക്കളും പ്രയോക്താക്കളും പ്രകൃതിക്കും മനുഷ്യപ്രകൃതിക്കും വരുത്തുന്ന ആഘാതങ്ങളെ വാക്കുകളിലൂടെ വരച്ചിടുകായാണ് രാഘവൻ ചെയ്യുന്നത്. അവ എത്രമാത്രം കാവ്യാത്മകമായിട്ടുണ്ടെന്ന വിലയിരുത്തൽ വായനക്കാർക്ക് വിടുന്നു.

തണൽ വിൽക്കാൻ പറ്റിയില്ലെങ്കിൽ മരം തന്നെ വെട്ടിവിൽക്കാൻ മടിക്കാത്ത ഒന്നാണ് മുതലാളിത്തമെന്ന് 'മൂലധന'ത്തിൽ മാർക്സ് പറയുന്നുണ്ട്. പ്രകൃതിക്കു പകരം ഉൽപന്നങ്ങളെയും അധ്വാനത്തിനു പകരം യന്ത്രങ്ങളെയും കൊണ്ടുവന്നാണതിന്റെ കച്ചവടവും ചൂഷണവും വ്യാപിപ്പിക്കുന്നത്. പ്രകൃതിക്കു നേരെ നടക്കുന്ന അതിക്രമത്തിനും ചൂഷണത്തിനുമെതിരെ പ്രതികരിക്കുക എന്നത് ഇന്ന് ഏതൊരെഴുത്തുകാരന്റെയും പ്രാഥമിക കർത്തവ്യമാണ്. ഈ സമാഹാരത്തിലെ പകുതിയോളം കവിതകൾ ഈ കർത്തവ്യം നിർവ്വഹിക്കുന്നു. പ്രകൃതി നശിച്ചാൽ അതിന്റെ ചെറിയൊരംശം മാത്രമായ മനുഷ്യന് നിലനിൽപ്പില്ല എന്ന് തിരിച്ചറിയാതെ സ്വന്തം കാര്യത്തിൽ ഒതുങ്ങിക്കൂടുന്ന സാമാന്യജനങ്ങളുടെ പ്രതിനിധിയാണ് 'താതെയ്യം തിത്തെയ്യ'ത്തിലെ വക്താവ്.

'പുഴിതോണ്ടി പുഴ മരിക്കുകിൽ നമുക്കെന്ത്?
മണ്ണെടുത്ത് ഭൂമി തേങ്ങുകിൽ നമുക്കെന്ത്?
പുലി വന്നുകൊന്നുതിന്നാൽ നമുക്കെന്ത്?
നാടോടുമ്പോൾ നടുവെ ഓടണം'

എന്ന് ചിന്തിക്കുന്നവരെ ചുറ്റിലും യഥേഷ്ടം കാണാം. അവരുടെ താതെയ്യം തിത്തെയ്യം വായ്ത്താരികളാണ് എങ്ങും മുഴങ്ങുന്നത്. ഇത്തരക്കാരാണ് വൃത്തികെട്ടൊരു വ്യവസ്ഥയെ താങ്ങി നിർത്തുന്നതെന്ന കാര്യത്തിൽ കവിക്ക് സംശയമില്ല. പ്രകൃതി മരിച്ചുവീഴുമ്പോൾ 'പുലിക്കുന്നിന്റെ കണ്ണടയുമ്പോൾ' എന്ന കവിതയിൽ ഉയരുന്നത്. കുന്നും, മരവും, പുഴയും മരിച്ചുവീഴുമ്പോൾ കണ്ണീർ നദിക്കരയിലും ചോരക്കടലിനു നടുവിലും കച്ചിത്തുരുമ്പില്ലാതെ നിൽക്കുകയാണ് കവി. കുഴൽക്കിണറിലൂടെ ഭൂമിയുടെ ചോരയൂറ്റിത്തിമർക്കുന്നവന്റെ പശ്ചാത്തപസ്വരമാണ്. 'ബോർവെല്ലി'ലുള്ളത്. അങ്ങനെ മരിച്ചുപോയ അമ്മക്ക് അന്ത്യകർമ്മം നടത്താൻ ഇ-വെള്ളം അന്വേഷിക്കേണ്ട ഗതികേടിലാണ് ഡിജിറ്റൽ യുഗത്തിലെ മക്കൾ.

താളംതെറ്റുന്ന പ്രകൃതിയുടെ ചിത്രം 'വേനൽ' 'പനി' എന്നീ കവിതകളിലും കാണാം. കാടും, കടലും ആകാശവും കയ്യേറുന്നവരോട് കവിക്കുള്ള അഭ്യർത്ഥന ഒടുവിൽ കാലിടറി വീഴുമ്പോൾ പിടിക്കാൻ ഒരു കച്ചിത്തുരുമ്പെങ്കിലും ബാക്കിവെക്കണേ എന്നാണ്(ഭൂമി) ജീവിക്കുകയല്ല 'നരനായിങ്ങനെ മരിച്ചു ജീവിക്കുകയാണ്.' ഇന്നത്തെ മനുഷ്യർ. (അസ്വസ്ഥം) പ്രകൃതിയുമായി ചേർന്നു മനുഷ്യൻ ജീവിച്ച പഴയ കാലത്തിന്റെ ചിത്രങ്ങളും ഇടയ്ക്ക് വരച്ചിടാൻ കവി മറക്കുന്നില്ല. കർക്കടകത്തെയ്യവും, കുഞ്ഞായിത്തനും ഉദാഹരണങ്ങൾ. 'പട്ടുപോയ കാലം നോക്കി പെട്ടുപോയ ജീവിതത്തെ രക്ഷിക്കാൻ നെഞ്ചുനീറ്റി നോക്കിരിക്കുകയാണ് കവി. നാട്ടുകാർക്ക് തണ്ണീർ നൽകാൻ തുരങ്കങ്ങൾ കുഴിച്ച കുഞ്ഞായിത്തന്മാർ അപ്രത്യക്ഷരാകുന്നു. കനിവിനാൽ മണ്ണു തുരന്ന കുഞ്ഞായിത്താ അവനികളിലെവിടെ നീ മറഞ്ഞിരിപ്പൂ' എന്ന് അയാളെ തിരയുകയാണ് വരൾച്ചയുടെ പുതിയ കാലത്ത് കവി.

ചെടികളും മരങ്ങളും പക്ഷിമൃഗാദികളുമെല്ലാം സഹവസിച്ചതായിരുന്നു പഴയകാലത്ത് നമ്മുടെ വീടുകൾ. മുതലാളിത്തത്തിന്റെ വരവോടെ അണുകുടുംബമായി. ഇന്നത് അണുപോലെ ചെറുതാവുകയും പൊട്ടിത്തെറിക്കുകയും ചെയ്യുന്നു. വൈക്കം മുഹമ്മദിന്റെ പാത്തുമ്മായുടെ ആടിൽ നാം കണ്ടു. ആടും, പൂച്ചയും, പട്ടിയും, കാക്കയും, ചാമ്പക്കയുമെല്ലാം കുടുംബക്കാരായ വീടുകളല്ല ഇന്നത്തേത്. മനുഷ്യനും യന്ത്രങ്ങളും മാത്രമേ അവിടെയുള്ളൂ. ഒട്ടിയ വയറുമായി പട്ടി കഷ്ടപ്പെടുന്നത് വീട്ടുകാർ ഹോട്ടലിൽ പോയി ഭക്ഷണം കഴിക്കുകയും

മറ്റു ജന്തുക്കളെ അവഗണിക്കുകയും ചെയ്യുന്നതിനാലാണ് (പുകയാത്ത അടുപ്പ്) വീടിന്റെ മുന്നിൽ വേപ്പ് വളർത്തുകയും നാല്ക്കാലികളെ മറ്റും പരിപാലിക്കുകയും ചെയ്യുന്ന തമിഴന്റെ പ്രകൃതി സ്നേഹം നമുക്കന്യമാണ്. ജെല്ലിക്കെട്ടിൽ തൊട്ടെന്നാൽ തമിഴ് മക്കൾ സമരക്കെട്ടാകും (ജെല്ലിക്കെട്ട്). നമ്മുടെ സംസ്കാരത്തിൽ ആര്, എന്ത് അധിനിവേശം നടത്തിയാലും നമുക്കൊരു പ്രതികരണവുമില്ല. 'കേരളമെന്നു കേട്ടാലോ തിളക്കണം ചോര' എന്ന വള്ളത്തോൾ വാക്യത്തെ അപ്രസക്തമാക്കി തണുത്തുറഞ്ഞ ചോരയുമായാണ് നാം കഴിയുന്നത്.

പ്രകൃതി ക്ഷുഭിതയാവുമ്പോൾ എല്ലാം ഒരു നിമിഷം കൊണ്ട് തകർന്നടിയുമെന്ന് കവി ചൂണ്ടിക്കാട്ടുന്നു. 'കടലമ്മക്ക് ആധാർകാർഡ്, പാൻ കാർഡ്, ക്രെഡിറ്റ് കാർഡ്, ഇവയൊന്നും പോരാ... വേണ്ടത് നിന്നെത്തന്നെ (ഓഖി) ഗ്രാമങ്ങളെ ഇല്ലാതാക്കിക്കൊണ്ടുള്ള നഗരവൽക്കരണത്തിന്റെ വിപത്തുകളിലേക്കുള്ള വിരൽ ചൂണ്ടലാണ് 'പാർക്കിങ്ങ്' പ്രകൃതിയെ ഇല്ലാതാക്കിത്തന്നെയാണ് ഡിജിറ്റൽ കാലവും മുന്നേറുന്നത്. കവിതയ്ക്കുവേണ്ടി പഴയ ഗ്രാമീണമായ ഓർമ്മ ചികയുന്ന കവിയുടെ മുഖത്തേക്ക് കാർക്കിച്ചുതുപ്പുകയാണ് മകന്റെ മൊബൈലിൽ നിന്ന് വാട്സാപ്പും ഫെയ്സ്ബുക്കും (പിന്നോട്ട്). മാസം തികയാതെ പെറ്റ ചിന്തകൾ കൊണ്ട് ഓവർക്കോട്ടുണ്ടാക്കിയിട്ട് ഫേസ്ബുക്കിൽ പ്രൊഫൈൽ ചിത്രമാക്കുന്ന പുതിയ തലമുറ (ഓവർക്കോട്ട്). ഈ പുതിയ യുഗത്തിൽ മനുഷ്യബന്ധങ്ങൾക്ക് എന്തു സംഭവിക്കുന്നു എന്ന അന്വേഷണം പ്രധാനമാണ്. ചാറ്റിങ്ങിലൂടെ മൊട്ടിടുന്ന പ്രണയം ഒടുവിൽ കോടതികയറുകയാണ് (ഡിജിറ്റൽ പ്രണയം).

പ്രകൃതിപോലെ വേട്ടയാടപ്പെടുന്നവരാണ് സ്ത്രീകളെന്നും കവി തിരിച്ചറിയുന്നു. മാനത്തിനു വേണ്ടി ദുർഗ്ഗയായി ആയുധമെടുക്കാൻ നിർബന്ധിതയാവുന്ന അവൾ (മാനം കാത്തവൾ) മറ്റുള്ളവർക്കായി കഷ്ടപ്പെട്ട് സ്വയം ഇല്ലാതാവുന്ന സ്ത്രീജന്മത്തിന്റെ ചിത്രം ഇളയമ്മയിൽക്കാണാം.

'കത്തുന്ന ചിതയിൽ നിന്നും
ഒരുതുണ്ട് ഓർമ്മ
ഇപ്പോഴും പൊട്ടിത്തെറിക്കുന്നുണ്ട്'

എന്ന വരികൾമാത്രം മതി ഇളയമ്മയോടുള്ള ബന്ധത്തിന്റെ ശക്തി ബോധ്യപ്പെടുത്താൻ.

മാനവികതയ്ക്കു ഭീഷണിയായി വളർന്നു വരുന്ന വർഗ്ഗീയതയും രാഘവന്റെ രചനാവിഷയങ്ങളിൽ പ്രധാനം തന്നെ. (ഗാന്ധിജി,

താജ് മഹൽ) ബീഫും പാലും ഭിന്നസംഖ്യയും എല്ലാം അമേരിക്കക്ക് അടിയറവെക്കുന്നവർ തന്നെയാണ് താജ്മഹലിനെ തകർക്കാൻ ആഹ്വാനം ചെയ്യുന്നതെന്ന് ഓർമ്മിപ്പിക്കുന്നു. 'ആഗ്ര നയാഗ്രയാവാം, താജ്മഹൽ തേജോ മഹാലയം പോലെ' എന്ന വരികൾ (താജ്മഹൽ)

കവിക്ക് വാക്കാണ് എല്ലാമെല്ലാം. വാക്കിന്റെ സൃഷ്ടി, സംഹാര ശക്തികളെക്കുറിച്ച് രാഘവന് ബോധ്യമുണ്ട്.

എത്ര വേദനിപ്പിച്ചു നീ
എത്ര യുദ്ധങ്ങൾ
കൊലപാതകങ്ങൾ
ആത്മഹത്യകൾ
പ്രണയനൈരാശ്യങ്ങൾ
എല്ലാറ്റിനും കാരണമായ വാക്കേ നീ എന്നാണ്.
വാക്കുകൾക്കതീതമാകുന്നത്''
(തുറിച്ചു നോക്കുന്ന വാക്കുകൾ)

എന്നാണ് കവിയുടെ ചോദ്യം ജീർണ്ണിച്ച വ്യവസ്ഥയെ തകർത്തെറിയാനും പുതിയ ഒന്നിനെ നിർമ്മിച്ചെടുക്കാനുമുള്ള ആയുധങ്ങളായി വാക്കുകളെ മൂർച്ചകൂട്ടിയെടുക്കാൻ രാഘവന് കഴിയട്ടെ എന്നാശംസിച്ചുകൊണ്ട് ഈ സമാഹാരം വായനക്കാരുടെ സൂക്ഷ്മവിശകലനത്തിനായി വിട്ടുതരുന്നു.

●

ഡിജിറ്റൽ പ്രണയം

പൂജ്യം മുതൽ ഒമ്പത് വരെ
അഖണ്ഡസംഖ്യകളിൽ ഉള്ളടക്കം ചെയ്തത്,
ക്യാമ്പസ്സിൽ മൊട്ടിട്ട്
രക്ഷാകർത്താക്കളെ വെട്ടിച്ച്
തീയും പുകയും ഉണ്ടാവുന്ന
ദ്വയാംഗ നാടകം...
മൊബൈൽ ചാറ്റിങ്ങിലൂടെ
പരസ്പരം ചീറ്റിങ്ങിലൂടെ
ക്ളൈമാക്സിൽ കൊടുമ്പിരിക്കൊള്ളുന്നത്...
എടുത്തെറിഞ്ഞാൽ പൊട്ടുന്നത്,
ഉടുത്തൊരുങ്ങിയാൽ പിണങ്ങുന്നത്,
മുള്ളുകൊണ്ടാൽ നോവുന്നത്,
കോടതികയറി നിർധാരണം ചെയ്യുന്നത്.....!?

●

മറ്റൊരു സൂര്യനിൽ

വാക്കുകൾ
ഇടിവെട്ടായി
കാതിൽ നിപതിക്കുമ്പോൾ,
നോക്കുകൾ
മിന്നലായി
മനസ്സിലാഴ്ന്നിറങ്ങുമ്പോൾ,
മിണ്ടുന്നത്
മണ്ടത്തരമെന്ന്
അകം പൊരുൾ....
ചെയ്യുന്നതോ
വങ്കത്തരമെന്ന്
വെളിപാട്....
അടങ്ങി,
ഒതുങ്ങി,
നയിച്ചേക്കാം
ഒരു ജീവിതം.
ആർക്കും
ഒരു പോറലുമാകാതെ,
എനിക്കോ,
ഒരു മിനക്കെട്ടുമില്ലാതെ....
അഴിച്ചു വെക്കാം
അകവും പുറവും
കാഴ്ചയ്ക്കപ്പുറം,
ഭ്രമിയ്ക്കപ്പുറം.
ഊരി വെയ്ക്കാമെല്ലാം
ചൊവ്വയിലോ,
ബുധനിലോ....?
ചെന്നു ചാടാം
എരിഞ്ഞമരാൻ
മറ്റൊരു സൂര്യനിൽ.....?

●

ഗ്രന്ഥാലയം

മിണ്ടാട്ടമില്ലാതെ പുസ്തകങ്ങൾ
നരച്ച മരിക്കുമിടമല്ലാ...
സംവദിച്ചില്ലേലും വായനക്കാർ
സംവദിക്കും പുസ്തകമന്യോന്യം...
കദനം നീറും ഭാഷ്യം
പൊള്ളിയാലും വരികൾ
കീറിയാലും അധ്യായം
തോക്കെടുത്ത് വാക്കുകൾ
വെടിവെയ്ക്കുമന്യോന്യം...
വാശിയോടെ നീറി നീറി
പിടഞ്ഞെണീക്കും ഹൃദയം
നോട്ടങ്ങളൊച്ചകൾ
കിളു കിളിർക്കും
വക്കാണ മൂർച്ചകൾ
പിടിച്ചുലയ്ക്കും
നാഡീഞരമ്പുകൾ
ഉയർന്നെണീൽക്കും
സ്നേഹമൊഴിമുത്തുകൾ
കിളിപ്പച്ചപ്പരപ്പൊരുക്കും...
വരമൊഴിപ്രസാദം
പൊൻ ചിരാതായ്
പകരും ഭാവപ്പകർച്ച
ജീവിതശ്ശൂന്യത
പറത്തും കാറ്റിൽ
ചോരയും നീരും
വെടിപ്പുകയുതിർക്കും
ഗർജ്ജിക്കും സാഗരം പോലെ
വായനയുടെ വൈഭവം
തച്ചുടയ്ക്കും നീണ്ട മൗനങ്ങളെ
മനസ്സിന്റെയാഴങ്ങളെ

നിരന്തരം പിടിച്ചുലയ്ക്കും...
പെരുമയുടെ ഗരിമ നീട്ടി
നീട്ടിപ്പറയും പുസ്തകം
ഭൂതവും വർത്തമാനവും
ചൂണ്ടും ഭാവിയിലേയ്ക്ക്
നിറവിന്റെ ഒരു പെരു വിരൽ..
●

ആർക്കുവേണ്ടി?

വെയിലിൽ നീ തിളച്ചത്
എനിക്കുവേണ്ടിയായിരുന്നു,
മഴയിൽ നീ കുതിർന്നതും
എനിക്കുവേണ്ടിയായിരുന്നു,
അടുക്കളയിൽ നീ വെന്തതും
എനിക്കുവേണ്ടിയായിരുന്നു,
ഉറക്കത്തിൽ നീ കരഞ്ഞതും
എനിക്കുവേണ്ടിയായിരുന്നു,
മാർക്കറ്റിൽ നീ വിലപേശിയതും
എനിക്കുവേണ്ടിയായിരുന്നു,
വായനയിൽ നീ തപിച്ചതും
എനിക്കുവേണ്ടിയായിരുന്നു,
കവിതയിൽ നീ ജ്വലിച്ചതും
എനിക്കുവേണ്ടിയായിരുന്നു,
ജീവിതത്തിൽ എന്നെ വരിച്ചത്
ആർക്കുവേണ്ടിയായിരുന്നു?

●

ലിങ്ക്

ജീവിതത്തെ തൊട്ട്
ഇന്നലെ
നീയെന്നോട്
പറഞ്ഞത്
വിഷു വരും
ഓണം വരും
എന്നൊക്കെയായിരുന്നു..
എല്ലാം ഭദ്രമെന്നു
നീ പറഞ്ഞിട്ടും
ജി എസ് ടി വന്നപ്പോൾ
മലക്കം മറഞ്ഞത്
നമ്മുടെ ഭാവിയായിരുന്നു...
സാരമില്ല,
എത്രകാലം നാം
എസ് ടി യിൽ
യാത്ര ചെയ്തു,
ഇനി ജി എസ് ടി യിൽ
യാത്ര ചെയ്യാം
ആധാർ കാർഡ്
ലിങ്ക് ചെയ്തു!
●

ഓഖി

മനുഷ്യാ,
കടലമ്മയ്ക്ക്
ആധാർകാർഡ്,
പാൻകാർഡ്,
ഡെബിറ്റ് കാർഡ്,
ക്രെഡിറ്റ് കാർഡ്...
ഇവയൊന്നും പോരാ...
വേണ്ടത് നിന്നെത്തന്നെ.....?
●

നേതാവ്

പിറകിൽ
പതിനായിരങ്ങളെ കണ്ടാണ്
നേതാവായത്;
ഓരോ പ്രശ്നങ്ങളിലും
ഇടപെട്ടിടപെട്ട്
മുന്നോട്ടുപോകുന്നതിനിടയിലാണ്
ഒന്നു തിരിഞ്ഞുനോക്കിയത്,
അപ്പോഴേക്കും
പിന്നിൽ ഒരാൾമാത്രം...
ഏറെ പ്രിയപ്പെട്ട നിഴൽ....?!
●

വിശപ്പ്

വെയിലിലിലൂടെ നടന്ന്
തണലിലെത്തിയവരായിരുന്നു നാം.
വിശന്നു വെന്ത
ഒരു നേരത്ത്,
ഒരു നരച്ച സന്ധ്യയിൽ
നീ ചോദിച്ചു,
'ഇപ്പോൾ ഒരാൾ
ബിരിയാണിയുമായി വന്നാൽ
നീ എന്തു ചെയ്യും?'
അപ്പോൾ കലങ്ങിയ
തീക്കണ്ണുമായി വന്ന
ഇരുട്ടിങ്ങനെ അരുളി
'നിങ്ങൾ കണ്ടത് വിശപ്പല്ല,
വിശപ്പിന്റെ നിഴലായിരുന്നു'.

●

ഭിന്നസംഖ്യ

മാംസം ഒരു ഭിന്നസംഖ്യയാണെന്ന്
ഭാരതം പണ്ടേ തിരിച്ചറിഞ്ഞതാണ്,
ഹരിച്ചാൽ ശിഷ്ടമില്ലാത്ത
ഈ ഭിന്നസംഖ്യ കൊണ്ട്
എപ്പോഴും നമ്മെ ജയിക്കാനും
ഭരിക്കാനുമാവുമെന്ന്
തിരിച്ചറിഞ്ഞവരാണ്
കാലങ്ങളോളം ഭരിച്ചവർ...
വെള്ളക്കാർ സമർത്ഥമായി
ഉപയോഗിച്ച ആ ആയുധം
ഇന്നും മൂർച്ചയേറിയത് തന്നെയാണ്..
ഭാരതത്തെ സംബന്ധിച്ചിടത്തോളം
അതെപ്പോഴും വജ്രായുധം തന്നെ...
ശത്രുവിനെ ഒതുക്കാനും മെരുക്കാനും
പിന്നെ, പാളയത്തിലെ പട തടുക്കാനും...
കുരച്ചും നരച്ചും
തർക്കിച്ചും മരിച്ചും
നാം ഗതി പിടിക്കാതലയും ...
നാനാത്വത്തിൽ ഏകത്വത്തെ
ഭിന്നസംഖ്യയോടു സങ്കലനം ചെയ്യാൻ
ഗാന്ധിജി ഒത്തിരി ശ്രമിച്ചതാണ്...
എന്തുകൊണ്ടോ...?
ചേരുംപടി ചേരാത്ത
രണ്ടു വിരുദ്ധ ധ്രുവങ്ങളിൽ
ആ ഭിന്നസംഖ്യ നമ്മോട്
നിരന്തരം കൊഞ്ഞനം കുത്തുന്നു...?!

●

സാര(താര)സർവ്വസ്വം

അഭിനയത്തിന്റെ മേച്ചിൽപ്പുറങ്ങളിൽ
സ്വൈരവിഹാരം നടത്തിയവനിവൻ
'അഭിനയമേ'ജീവിതമെന്നടയാള-
പ്പെടുത്തുവാൻ, പലവഴികൾ താണ്ടീടും;
എല്ലാം ജഗപൊഗയാക്കി ലൗകികാ-
ലൗകിക ജീവിതപ്പരിസരം വിടർത്തുവാ-
നീജഗത്തിൽ മറ്റേതുവഴിയും കിട്ടാ-
തിരുകിലീ ഞാനെന്തുവേണ്ടൂ?
നിങ്ങളറിയുക, നിങ്ങളെങ്ങനെ
നിങ്ങളായെന്നതിന്റെ പൊരുൾ
ഞാനറിയേണ്ടതില്ലീ നാടകമാടുവാ-
നീ ഞാനിവിടെയഭിരമിക്കും നേരുകൾ...
'അമ്മ'യ്ക്കും അച്ഛനുമൊക്കെ
തേടട്ടേ, വഴി വേറെയുമുണ്ടല്ലോ
ഞാനിവിടെ വാഴും, വിരാജിക്കും
കരളും ചെവി തലയിൽ ചവുട്ടിയും...!
കൊയ്യണമൊരു ജീവിതം
കാണണം നാലാളെൻ പത്രാസ്
മറ്റുള്ളോരെന്തു നിനച്ചീടിലും
ഞാനാണ (താര)സാര സർവ്വസ്വമീ-
യുലകിൻ മേൽ നിറുകയിൽ.......
●

അവർ അരികിലെത്തി

അവർ അരികിലെത്തി,
അവർ അരികിലെത്തി
ഇനി അധികം കാത്തിരിക്കേണ്ട
എല്ലാം ചിതറിത്തെറിക്കാൻ
എല്ലാം കത്തിയെരിയാൻ...
ഗാന്ധി, കൽബുർഗി,
ദാബോൽക്കർ, രോഹിത് വെമുല
ഇപ്പോൾ ഗൗരീ ലങ്കേഷും...
നിര നീളുന്നു പിന്നേയും
വാക്കും നാക്കും അരിഞ്ഞെടുക്കപ്പെട്ടവർ.
പൊറുക്കുക ഭാരതാംബേ
ഭ്രാന്താലയത്തിലെ കാട്ടുനീതികളെ
ചെറുക്കുന്ന മക്കളെ കൊന്നൊടുക്കുമ്പോൾ
ജനാധിപത്യം തോക്കിൻ കുഴലിൽ?..
ഇരുട്ടു കയറുന്നു ചുറ്റിലും
കാൺമാനില്ല, വെളിച്ചത്തിനൊരു തുള്ളിയും....
എന്നും ഭയപ്പാടിലൊതുക്കാൻ
വൈവിധ്യമല്ലയോ ഭാരതം?..
കൂരിരുട്ടിലെ വെളിച്ചമേ ഗൗരീ
രണ്ടായിരത്തി പതിനേഴിലെ
ഗൗരീ ലക്ഷ്മീഭായ്...
ഇത് മൂന്നാം സ്വാതന്ത്ര്യസമരം
നായിക ഗൗരീ ലങ്കേഷ്...
തൂലിക പടവാളാക്കിയോൾ
ഒരുമയുടെ കാവലാൾ ...
നീതിയുടെ പെണ്ണൊരാൾ
എഴുവെടിയുണ്ടകൾക്കൊന്നും
തുളക്കാനാവാത്ത വരമൊഴി
ബെംഗളൂരുവിന്റെ കണ്മയി,
അവർക്കുമുമ്പേ പറന്നവൾ
ഏഴുകടലും കടന്നവൾ
ഭാരതത്തിന്റെ നവത്ഡാൻസി...

●

ബീഫും പാലും

ഒറ്റവാക്കിലൊതുക്കാനാവാത്ത
ഉത്തരമാണ് ജീവിതം,
ജനനത്തിനും മരണത്തിനുമിടയിലെ
ഒറ്റയടിപ്പാത,
കുറുങ്കവിതയിലൊതുങ്ങാത്ത
കദനഭാഷ്യം,
നേരിനും നെരിപ്പോടിനുമിടയിലെ
അയോധ്യാകാണ്ഡം,
മുറിച്ചുമാറ്റാനാവാത്ത
പൊക്കിൾക്കൊടി ബന്ധം,
ബന്ധങ്ങൾക്കും ബന്ധനങ്ങൾക്കുമിടയിലെ
ആലങ്കാരിക സമതലം,
അതിർത്തികാക്കുന്ന ഭടന്റെ
ഹൃദയത്തുടിപ്പുപോലെ,
കടലിനും കരയ്ക്കുമിടയിലെ
അസ്വസ്ഥ ഭ്രമിക,
ബീഫിനും പാലിനുമറിയാത്ത
ബന്ധത്തിന്റെ ദുരൂഹത.....
മാനവികതയ്ക്കപ്പുറം നീളുന്ന
പൊള്ളുന്ന സമസ്യകൾ??

●

പിന്നോട്ട്

പിന്നോട്ട് നോക്കുമ്പോൾ
രണ്ടു വരി കവിത കിട്ടുമോ
എന്ന് ഞാൻ ചികഞ്ഞു.
അമ്മ അടുക്കള വാതിലിൽ
ചാരി നിന്ന് മുറുക്കിത്തുപ്പുന്നതും
അച്ഛൻ കോലായിൽ
കാലിൻമേൽ കാൽ വെച്ചിരുന്നതും
മുത്തശ്ശി മടിശ്ശീല
മെല്ലെ അഴിച്ചു നോക്കുന്നതും
അപ്പുറത്തെ മാഞ്ചോട്ടിലൂടെ
പശുവും കിടാവും കരയ്ക്കയിലേയ്ക്ക്
കുന്നിൻ ചരുവിൽ നിന്ന്
ചാടിച്ചാടി വരുന്നതും
വളർത്തു കോഴി
കുഞ്ഞുങ്ങളെ കൂട്ടി
കോഴിക്കൂട്ടിലേക്കടുക്കുന്നതും
ഓർമ്മക്കൂട്ടിലേയ്ക്ക് പാഞ്ഞടുത്തു.
അപ്പോഴേയ്ക്കും;
മകന്റെ മൊബൈലിൽ നിന്നും
വാട്സാപ്പും ഫേസ്ബുക്കും
എന്റെ മുഖത്തേയ്ക്ക് കാർക്കിച്ചു തുപ്പി.

●

പുകയാത്ത അടുപ്പ്

അടുത്ത വീട്ടിലെ
പട്ടിയുടെ ഒട്ടിയ
വയറു കണ്ടപ്പോൾ
അവൾ ചോദിച്ചു-
'ചേട്ടാ, അവിടെ
അടുപ്പു പുകയാതെ
കുറേ നാളുകളായി ..'
ഞാൻ പറഞ്ഞു:-
'അടുപ്പു പുകയുന്നില്ല,
എന്നാൽ അവർ
സമയാസമയം
ടൗണിൽ പോയി
ഫാസ്റ്റ് ഫുഡ് കഴിക്കുന്നുണ്ട്'!
●

ആധാരം

ആധാരവും
അടിയാധാരവും
നമ്മേക്കാൾ
വിലമതിപ്പുള്ളതാണ്..
ഓരോ ജീവിതവും
അതിന്റെ പുറത്താണ്
വില പേശുന്നത്,
പോരു കൂടുന്നത്,
കണ്ണുരുട്ടുന്നത്,
വാക്കുതെറ്റുന്നത്
കൊല നടത്തുന്നതും...
അച്ഛനമമ്മയ്ക്കും
വിലയിടുന്നതും
മക്കളുടെ വിലയിടിക്കുന്നതും,
വീട്ടിനകത്ത്
ഭൂകമ്പമുണ്ടാകുന്നതും,
അയൽവാസിയെ
നിലയ്ക്കു നിർത്തുന്നതും
അന്യന്റെ കണ്ണീരിൽ
അസുര വിത്താകുന്നതും,
അറിയാത്തൊരു തുരുത്തിൽ
എട്ടുകെട്ടിൽ
പുകയുയരുന്നതും..

●

യാത്രാനന്തരം

ഓരോ യാത്രയും
വിടവിന്റെ തടവൊരുക്കമെങ്കിലും
ഒറ്റയുടെ മരുഭൂമിയുണ്ടാകുമെങ്കിലും
തെറ്റയുടെ ഭൂപടം കാട്ടുന്നുണ്ട്..
ഇടുങ്ങിയ, ഒതുങ്ങിയ ലോകം
വിശാലപ്പെടുത്തുന്നുണ്ട്,
അറിവിന്റെ നിറവും
കുറവിനെ പെരുത്തും
കാലത്തെ പൊലിച്ചും
അടയാളപ്പെടുത്തുന്നുണ്ട്.
നോവുകളെ ഇകഴ്ത്തി
ക്ളാവടിഞ്ഞ മനസ്സിനെ
അറിയാതെ മിനുക്കുന്നുണ്ട്..
ഉടലൊട്ടി മടുത്ത തലയെ
തീ പിടിക്കാത്ത ഉലയിൽ വെച്ച്
കാച്ചിയെടുക്കാൻ തത്രപ്പെടുന്നുണ്ട്..
പ്രകൃതിയുടെ ചൂടും ചൂരും
കാലത്തെ അപകീർത്തിപ്പെടുത്തി
ജന്തുകുലത്തിന്റെ അടിത്തറകളെ
പാടെ ഇളക്കിവിടുന്നുണ്ട്....
മണ്ണിൽ മാനവന്റെ
വിളച്ചിലും ഞെളിച്ചലും
തീരം കാണാത്ത കപ്പലിൽ
ഒടുങ്ങിത്തീരുന്ന കാഴ്ച്ച
അനതിവിദൂരെ തെളിയുന്നുണ്ട്...
●

താതെയ്യം തിത്തെയ്യം....

പൂഴി തോണ്ടി പുഴ മരിക്കുകിൽ
നമുക്കെന്ത്?
മണ്ണെടുത്ത് ഭൂമി തേങ്ങുകിൽ
നമുക്കെന്ത്?
കാടുവെട്ടി വനമൊടുങ്ങുകിൽ
നമുക്കെന്ത്?
കൃഷിയിറക്കാൻ വെള്ളമില്ലേൽ
നമുക്കെന്ത്?
മാലിന്യം കുന്നു കൂട്ടുകിൽ
നമുക്കെന്ത് ?
റോഡൊക്കെ കുരുതിക്കളമാകിൽ
നമുക്കെന്ത്?
പെൺനടത്തം നാട്ടിലാവേൽ
നമുക്കെന്ത്?
സ്നേഹം ചോർന്നൊലിച്ചാൽ
നമുക്കെന്ത്?
ഉണ്ട ചോറിനു നന്ദിയില്ലേൽ
നമുക്കെന്ത്?
എഴിതിയവന്റെ കൈവെട്ടിയാൽ
നമുക്കെന്ത്?
മിണ്ടിയവന്റെ നാവറുത്താൽ
നമുക്കെന്ത്?
അസ്വസ്ഥത കരകവിഞ്ഞാൽ
നമുക്കെന്ത്?
അസഹിഷ്ണത വാണരുളിയാൽ
നമുക്കെന്ത്?
പുലിവന്നു കൊന്നുതിന്നാൽ
നമുക്കെന്ത് ?
നാടോടുമ്പോൾ നടുവേ ഓടണം
എന്നല്ലേ പ്രമാണം..?
താതെയ്യം തിത്തെയ്യം
തൈ തകത തോം...!

●

വേനൽ

കത്തുന്ന വേനലിൽ
നീ പെയ്യാതിരിക്കുന്നത്
എന്തുകൊണ്ടാണെന്നെനിക്കറിയാം...
ഊർദ്ധ്വശ്വാസം വലിക്കുന്ന
ഭൂമിയിലെ ചെടികൾക്കും
പക്ഷിമൃഗാദികൾക്കും
ആശ്വാസമായെങ്കിലോ
എന്ന നിന്റെ അഹന്തയാണ്...
എന്നാൽ,
വെയിലായി
ഞാൻ നിന്നിലേക്ക്
ഒലിച്ചിറങ്ങാം,
കവിതയുടെ
ചിലമ്പടികളിലൂടെ
മഴയുടെ താളത്തിൽ!
അപ്പോൾ
നീ പരുങ്ങരുത്,
വെയിലിനെ
കുറ്റപ്പെടുത്തരുത്..
ഞാൻ പെയ്യുമ്പോൾ
നീ ഉദിക്കരുത്,
കാറ്റും കോളുമായി
നമുക്ക് ഒരു കവിതയുടെ
ജാതകം കുറിക്കാം...
നാളത്തെ
വെയിൽ മഴ
കല്യാണത്തിന്,
കുറുക്കന്റെ
ഓരിയോടൊപ്പം!?

●

കൗശലക്കണ്ണ്

കണ്ണുവേണമിരുപുറമെന്ന്
കടമ്മനിട്ട പാടിയ കാര്യം
സത്യമാണു പകലുപോലെന്ന്
നിനച്ചിട്ടില്ലിതേവരെ ഞാനും.
കണ്ണതിന്റെ വിലയറിയാതെ
കണ്ണുനോക്കാതിരിപ്പവർ നാം,
മണ്ണിലീകണ്ണു നേരാം തെളിച്ച-
മേകുമ്പോൾ, അൽപരാം നാമോ
വേണ്ടതത്രയും കാണ്മതില്ലല്ലോ?
സത്യവും മിഥ്യയും നേർക്കുനേർ
കാണ്മാൻ, വേണ്ടുവോളം മിനക്കെടില്ലല്ലോ?
കണ്ടതൊക്കെ വിലയിട്ടാലും
കൊണ്ടതൊക്കെയും സഹിച്ചിരുന്നാലും
മിണ്ടരുതെന്നാരും ചൊല്ലുകില്ലല്ലോ?
നാട്ടുനടപ്പുകൾ, നീതിശാസ്ത്രങ്ങൾ
കൗശലക്കണ്ണാൽ വളച്ചൊടിക്കുമ്പോൾ
തിരിച്ചറിയാതടങ്ങിയിരിപ്പാൻ
മിനക്കെട്ടും വെറും പരിഷയല്ലോ നാം?!
കണ്ണതിന്റെ കൗശല ഭാഷ
മയക്കി വീഴ്ത്തുമീ നമ്മളെത്താൻ
തെളിച്ച വഴിതെറ്റാതോടി-
യിടറിവീണു പോറലേറ്റാൽ
പിടിച്ചെഴുന്നേൽക്കാനാരുകാണും?
പുളിങ്കൊമ്പാണു പിടിച്ചതെന്ന-
പ്പോഴല്ലയോ തിരിച്ചറിവൂ നാം?

●

മാനം കാത്തവൾ

അവൾ എന്നും
ജാഗ്രതയിലായിരുന്നു,
അയാളുടെ
അർത്ഥം വെച്ചുള്ള നോട്ടങ്ങൾ
അവളെ അതിന് പ്രേരിപ്പിച്ചിരുന്നു....
ജീവിതത്തിനായി
അവൾ കുറേ സഹിച്ചു..
സഹിക്കുന്നതിനും
ഒരു പരിധിയുണ്ടെന്ന്
അവൾ വ്യാഖ്യാനിച്ചു...
മതവും ജാതിയും
പ്രായവും, തന്നെ
കുറ്റം പറയരുതെന്ന്
അവൾ കരുതി...
ഒടുവിൽ,
മാനത്തിനുവേണ്ടി
അവളിലെ ദുർഗ
ആയുധം കയ്യിലെടുത്തു..
അൽപ്പം
കടുത്തതായെങ്കിലും
അവളുടെ പ്രതിരോധം
ലക്ഷ്യം കണ്ടു..
ഗീതോപദേശം
ആരും കൊടുത്തില്ലെങ്കിലും
അവൾ സ്വയം
ഗീത വായിച്ചെടുത്തു..
ഇനി,
മാനം കയ്യേറ്റക്കാർ
ഒരു നിമിഷം
ആലോചിക്കും...
വരും വരായ്കകൾ
അവൾക്കു മുമ്പിൽ
വെറും പിണമാണെന്ന്....

●

രാവണായണം

മാക്രികൾ വെറും വാൽമാക്രികൾ
തവള തൻ പൂർവ്വ ജന്മം
നമ്മളോ, വാനരർ തൻ
പിൻജന്മമായി ഗണിച്ചവർ.
ഒന്നോർക്കുകിൽ നമുക്കെന്തുണ്ട്
മാനം;എല്ലാം ദുരഭിമാനമല്ലയോ?
എങ്കിലും കൊമ്പത്തുതന്നെയിരിക്കണം
വേരറ്റു നിപതിക്കുവോളവും !
കാലം മാറും കഥ മാറും
മാറും മാറ്റമല്ലാത്തതെല്ലാം
ഇല്ല, മാറുവാൻ ലവലേശവും
അഹന്തയും ദുരഭിമാനവും ?
എല്ലാം ചുമലിലേൽക്കണം
കൊട്ടിക്കലാശം വരേയും
തീറെഴുതാത്ത വാക്കല്ലയോ
നാം പിടിച്ച മുയൽ കൊമ്പ്...
വാനരരായി മാറാതെ നരാ
രാമായണത്തിനുമപ്പുറമൊരു
രാവണായണം പാടുവാൻ
പിന്മുറക്കാരെ ഒരുക്കീടാം.....?!

●

ഓർമ്മ മരം

ഓർമ്മ മരത്തിന്റെ
ചുവട്ടിൽ നിന്നും
അയവിറക്കി
അയവിറക്കി
വാൽമീകിയായിട്ടും,
താങ്കൾ എഴുതിയ
കടിച്ചാൽ പൊട്ടാത്ത
വിമർശനങ്ങളുടെ
കാമ്പും അകക്കാമ്പും
തേടിത്തേടി
ഞാനും നാളെ
ഒരു ഓർമ്മ മരമമാകും കേട്ടോ...!?

●

തലവര

അടുത്ത ജന്മത്തിൽ
എനിക്ക് നിന്റെ രക്തത്തിൽ
പിറക്കേണ്ടതില്ലെന്ന്
അമ്മയുടെ ആത്മാവിനോട്
അവൻ തീർത്ത് പറഞ്ഞു.
നീയാണ് എന്നെ
തീ തീറ്റിയത്,
നീ തന്നെയാണ് എന്നെ
ദുഃഖം വെന്ത
ആവിയിൽ തിളപ്പിച്ചത്,
മാത്രമോ?
നീയെന്നെ
തലങ്ങും വിലങ്ങും പായിച്ചു,
എന്നിലെ വിദ്യയുടെ
മൊട്ട് നുള്ളിയെടുത്തു,
കവിതയുടെ കൂമ്പൊടിച്ചു,
'ട'വട്ടത്തിലെ
ലക്ഷ്മണരേഖയിൽ
എന്റെ തലവര
തിരിച്ചെഴുതി.
•

അമ്മ

അകം നീറി എരിയുമ്പോഴും
പുറം തൂമലരെറിയുന്ന
പാൽനിലാവാണമ്മ,
ഒറ്റ തിരിച്ച സമൂഹം
കല്ലെറിഞ്ഞു ചോര തെറിക്കുമ്പോഴും
സാന്ത്വന പരിചരണമാണമ്മ,
തൊഴിൽ തേടി
കിട്ടാക്കനി ഭക്ഷിക്കുമ്പോഴും
ആശ്വാസമൊഴികൊണ്ടണയ്ക്കുമമ്മ,
ജീവിതത്തിന്റെ തൊഴിയിൽ
നരകത്തീയിൽ പിടയുമ്പോഴും
നനയ്ക്കുന്ന ഒരിറ്റു വെള്ളമാണമ്മ,
തെറ്റുകളുടെ ഘോഷയാത്ര
തുടർന്നു കൊണ്ടിരിക്കുമ്പോഴും
ശരിയുടെ തണലാകുന്നു അമ്മ,
തീണ്ടലിലും തോണ്ടലിലും
വിരട്ടലിലും വേട്ടയാടലിലും
നിറവിന്റെ പാഠമാണമ്മ,
കലികാലനെറികേടുകളിലൊക്കെയും
സത്യത്തിൻ പൊരുളാണമ്മ,
അസഹിഷ്ണുത വിളയുന്ന കാലത്തും
സഹിഷ്ണുതയുടെ നിറവാണമ്മ....
●

താജ്മഹൽ

താജ്മഹൽ
തീർക്കുന്നു
മറ്റൊരു മഹാമൗനം,
മൗനമോ
നാമേവർക്കും ഭൂഷണം...?!
കാലം നികത്തിയെടുക്കുന്ന
മറ്റൊരു
നുണപാഠമായി
താജ്മഹൽ....
ആഗ്ര നയാഗ്രയാവാം
നാളെ താജ്മഹൽ
തേജോമഹാലയം പോലെ ....
ഉരുണ്ടു പിരണ്ട്
മുരണ്ട്, തിരണ്ട്
വീണ്ടുമൊരു
ശയനപ്രദക്ഷിണം ...?
കേട്ടപാതി
കേൾക്കാത്തപാതി
സ്വാതന്ത്ര്യം
അർദ്ധരാത്രിയിൽ!
മൊഴിക്ക് മൊഴി
ഉരുളക്കുപ്പേരി,
ചൂതുകളി
ശകുനിക്കറിയാം
നല്ലപോലെ.....!
●

ഇളയമ്മ

വാക്കിനപ്പുറം
നോക്കായിരുന്നു അവർ,
സ്നേഹത്തിന്റെ
സഹനത്തിന്റെ
കൂടപ്പിറപ്പും ...
കരളുരുക്കിയതൊക്കെ
സാന്ത്വനത്തിന്റെ വലിയ
ഒരു തുള്ളി പകരാൻ
മാത്രം ....
ഒരു ദിവസം
എന്നെ ഒറ്റയാനാക്കി
അവർ മറഞ്ഞു,
എല്ലാവരും അടക്കം പറഞ്ഞു:-
'എന്തൊരു ജന്മം'..
ബീഡി തിരച്ചതും
പുല്ലരിഞ്ഞതും
തോല്വ് വെട്ടിയതും
ജീവിതം നീറ്റിയതും
വിണ്ടുകീറിയുണങ്ങിയതും
വാതം പിടിച്ചതും
മുണ്ടുമുറുക്കിയതും
ഒക്കെ എനിക്കായിരുന്നു ..
സഹനത്തിൻ ഇലയിട്ട്
ജീവിതം വിളമ്പിത്തന്നതും
ഈയുള്ളവന് മാത്രം ...
കത്തുന്ന ചിതയിൽ നിന്നും
ഒരു തുണ്ട് ഓർമ്മ
ഇപ്പോഴും പൊട്ടിത്തെറിക്കുന്നുണ്ട്
കണ്ണിൽനിന്നും
കവിളിലൂടെ
ഈറനണിയാൻ....

●

ബോർവെൽ

ഭൂമാതാവിന്റെ
മുല ചപ്പി വലിച്ച്,
ചോരയൂറ്റിയെടുത്ത്
ജീവിച്ചു തിമിർക്കുകയാണ്
ഞാൻ നരാധമൻ, നിഷാദൻ....
ചത്തുമലച്ച അമ്മയ്ക്ക്
പ്രണാമമർപ്പിക്കാൻ
ഇത്തിരി ഇ-വെള്ളം
കരുതിവെക്കാമൊരു
പ്ലാസ്റ്റിക്ക് കുപ്പിയിൽ.....!?
●

തുറിച്ചുനോക്കുന്ന വാക്കുകൾ

വാക്കുകൾ തുറിച്ചുനോക്കുന്നുണ്ട്,
തെല്ലൊരാശങ്കയോടെ
നിരുപദ്രവകാരിയായ
എന്നെ
എവിടെ തടങ്കലിലിടുമെന്ന്?
കവിതയിൽ, കഥയിൽ,
നോവലിൽ.....?
വേദനിക്കരുത് വാക്കുകളേ
ഈ ഭൂമിയിൽ
എത്ര വേദനിപ്പിച്ചു
നീ പലരേയും.....
എത്ര യുദ്ധങ്ങൾ,
കൊലപാതകങ്ങൾ,
ആത്മഹത്യകൾ,
പ്രണയനൈരാശ്യങ്ങൾ...
എല്ലാറ്റിനും കാരണമായ വാക്കേ, നീ എന്നാണ്
വാക്കുകൾക്കതീതമാകുന്നത്?...
●

ജീവിതം

ചില നേരങ്ങളിൽ
ഒറ്റപ്പെടലിന്റെ കൊടുങ്കാറ്റ്
പിന്നാലെ പാഞ്ഞുവരും,
മുന്നിൽ കറുത്തിരുണ്ട
കടലാഴം തുറിച്ചുനോക്കും,
ചെങ്കുത്തായ കൊട്ടുമുടി
പെരുത്തുവരും,
ഇടിവെട്ടും പെരുമഴയും ചടപടാ തകർത്തു പെയ്യും,
തെറ്റാനിടമില്ലാത്ത പാളത്തിൽ
ഓടിക്കിതച്ചു മുരണ്ടൊരു
വണ്ടിയെത്തും,
രക്ഷപ്പെടാനില്ലാത്ത കച്ചിത്തുരുമ്പ്
ഒരു ഓർമ്മത്തെറ്റായി മുന്നിൽ മുഴയ്ക്കും,
എന്നാൽ,
ദുരന്തമുഖങ്ങളിലെ
ഈ കഠോരങ്ങൾക്കും
പിറകിൽ ഒരു ജീവിതം നെയ്യും.......
●

പാർക്കിങ്ങ്

നാട്ടു നഗരത്തിൽ
പറിച്ചുനട്ടപ്പോൾ
കാട്ടുപോയ ദുഃഖം മാത്രം
മിച്ചമായെന്നു കരുതി,
ഭൗതികസൗകര്യം കുറഞ്ഞ
നാട്ടിൽനിന്നും കൂടിയ
നഗരത്തിലെത്തുമ്പോൾ
അസൗകര്യങ്ങളുടെ
നീളുന്ന പട്ടിക.......
വെള്ളം, വൈദ്യുതി,
പ്ലേഗ്രൗണ്ട്, ക്രഷേ,
ശ്മശാനം, ടോയ്‌ലറ്റ്,
വേയ്സ്റ്റ്, പാർക്കിങ്ങ് ഇത്യാദി...
ഡൽഹിയിലൊക്കെ
ശുദ്ധവായു പോലും
കിട്ടാക്കനിയാണത്രേ...
സൗകര്യങ്ങളുടെ പ്രളയത്തിൽ
അസൗകര്യങ്ങളേറുമ്പോൾ
തിരക്കിനിടയിലെ ജീവിതത്തെ
മനസാ ശപിച്ച്
ബോധിവൃക്ഷത്തണലിൽ
പ്രണയിച്ച്
കൊടുംതപസ്സിരുന്നു..
ടൗൺ പ്ലാനിങ്ങിൽ
പാർക്കിങ്ങ് കീറാമുട്ടിയായതിനാൽ
പാർക്കാനിടമില്ലാത്ത തെണ്ടിപോലും
ദുരിതസദ്യ ഉണ്ണണം....
അകലെ ടൗൺ ഹൃദയത്തിൽ
പ്ലാനിങ്ങ് സെമിനാർ പൊടിപൂരം...
തലകുത്തിനിന്നാൽ

സൗകര്യം കൂട്ടുമെന്നൊരാൾ,
ത്രീഫോൾഡ് കുടപോലെ
മടക്കിയാൽ സ്പേയ്സ് കിട്ടുമെന്ന് വേറൊരാൾ,
അല്ല, ആകാശത്തിൽ
പാർക്കിങ്ങ് സാങ്കേതികവിദ്യ
ഡെവലപ്പ് ചെയ്യാമെന്ന് മറ്റൊരാൾ,
കടലടുത്തുണ്ടെങ്കിൽ
കടലിലാകാമെന്നിനിയൊരാൾ,
കടലിനും ചെകുത്താനുമിടയിൽപെട്ട്
ഞെങ്ങിഞെരുങ്ങി
മുട്ടുശാന്തിതേടി ഞാൻ......?
●

കുഞ്ഞായിത്തൻ

ആണ്ടാകെ നിർന്നിമിഷം മറയുമ്പോൾ
പണ്ടത്തെ ഓർമ്മകൾ നിരന്നെത്തുന്നു
പാടെ മറക്കുവാനാവാത്ത കാര്യങ്ങൾ
ചോടെ വിവരിക്കാനാവോ, നോക്കാം.
നാടാകെ കുടിനീരു നൽകീടാൻ
പാട്ടുപെട്ടു കുഴിച്ചോരു കുഞ്ഞായിത്തൻ
മൺമറഞ്ഞു കാലമേറെയായെന്നാലും
ഉൺമയോടെ നിൽപ്പുണ്ടകതാരിലിപ്പോഴും.
തുരങ്കങ്ങൾ കുഴിച്ച് കുനിയോരെല്ലിൻ കൂട്ടം
മരണമില്ലാതെ നിൽപ്പൂ കുണ്ടിലാണ്ട കണ്ണുകളാൽ
ഓർമ്മയുടെ പുരം മാന്തി നേർമ്മപോലയലത്ത്
കർമ്മകാണ്ഡം ചികച്ചോരിടംവലത്തിൽ
നേർമ്മയുടെ മഹാപർവ്വം, തെളിമയുടെ കനലാട്ടം
നിർമ്മലനായ്, വേച്ചുവേച്ചു നടപ്പുണ്ടെന്നും.
മടിയിൽ വെറ്റിലപ്പാക്കുമായി, കയ്യിൽ പിക്കാസുമായി
മടിക്കൂടാതെ വരുന്നുണ്ട് പ്രിയനാം കുഞ്ഞായിത്തൻ,
മണ്ണു പൊറുക്കുവാൻ നീളമുണ്ടെനിക്കെന്നാലും
ദണ്ണമൊന്നുമില്ലാതെ വെട്ടിയദ്ദേഹം.
പരുപരുത്ത മണ്ണിനെ തെരുതെരെ കിളച്ചപ്പോൾ
പെരുവിരൽ മുറിഞ്ഞതും ചോരതുവിത്തെറിച്ചതും,
ചേടിമണ്ണു കിളച്ചപ്പോൾ മധ്യേയിടിഞ്ഞു വീണതും,
കൈക്കോട്ടും കൊണ്ടു ഞാൻ ശ്വാസം വിടാതോടിയതും
ചുറ്റുപാടുമുള്ളവരെ നിട്ടപ്രാണം വിളിച്ചതും
കാറ്റുപോകാതിരിക്കാൻ ദൈവത്തോടു പ്രാർത്ഥിച്ചതും
കൺവെട്ടത്തൊരു തിരനോട്ടം കുറിക്കുന്നതും
വീൺവാക്കല്ലയെന്ന് ചൊന്നിടാം ഞാൻ.
തുരങ്കങ്ങളെത്ര കുഴിച്ചെന്നറിയില്ലേലും
വരണ്ട ബോധത്തിലവ ഉണർന്നിരിപ്പൂ.
കരളിന്റെ നിണം കൊണ്ടു മണ്ണു കീറി
മരണമില്ലാതിരിക്കുന്നെൻ കുഞ്ഞായിത്തൻ,
കനിവിനാൽ മണ്ണു തുരന്ന കുഞ്ഞായിത്താ
വനികകളിലെവിടെ നീ മറഞ്ഞിരിപ്പൂ....

●

പനി

ദുരിതങ്ങൾ പനിരൂപത്തിൽ
തളംകെട്ടി നിൽക്കവേ,
എന്തുമേ ചെയ്യാതെ ഞാൻ
അന്ധാളിച്ചു നിൽപ്പുണ്ടിവിടെ.
മാനത്തുനിന്നും മഴ -
ചാറിത്തുടങ്ങുമ്പോൾ
കൊതുകുകൾ ലക്ഷ്യം തെറ്റി
ചീറിയടുക്കുന്നു.
നിലതെറ്റി മനുഷ്യാ നീ
മാലിന്യ കൂമ്പാരത്താൽ
ഭൂതലമഴുക്കുമ്പോൾ
വരാതിരിക്കുമോ രോഗം?
ചൂളം വിളിക്കുന്നു മരണം.
അഴുകിയ മനുഷ്യാ നീ
ചെയ്തിടും കൃത്യങ്ങൾ
തിരിഞ്ഞു കടിക്കുമ്പോൾ
കാലനാം കൊതുകെത്തും.
മുതുകിൽ കേറി നിന്ന്
കൊതുകു തിമർക്കുമ്പോൾ
അന്ധാളിപ്പാൻ മാത്രം
യോഗം നിനക്കഹോ...!
ഇല്ല, തീർന്നില്ല കാലം
ഇനിയും കെടുതികൾ വന്നിടും,
പണം തിന്നു മദിക്കും വെറും
പിണമായ മർത്ത്യാ നീ-
യനുഭവിക്കണമീജഗത്തിൽ
ചെയ്തുകൂട്ടും കൃത്യങ്ങൾക്കായി.
നെറി കെട്ടു പിറന്ന മനുജാ
നിന്റെ മദവും മദാലസവും
താങ്ങി നടപ്പാൻ മാത്രമീക്ഷിതി-

തന്നച്ചതണ്ടു ബലം പോരാ .
പണിപ്പെട്ടു ഞാൻ പഠിച്ച
പാഠവും പാഠഭേദവുമാ-
ത്മാവിൽ പനിച്ചിരിക്കെ
താളം മുറിയുന്നെൻ വായന.
ബോധമില്ലാതിരിക്കും മന്നവാ
നിൻമുഖം വാട്ടുന്നതെന്തിപ്പോൾ
ബോധമില്ലെന്നറിയിക്കാൻ
ബാധകൊണ്ടു നടപ്പതോ?.
ഉറങ്ങിയെന്നു നടിക്കുമ്പോൾ
ഉണർന്നിരിപ്പാതെങ്ങിനെ?
കാര്യങ്ങൾ കൈവിട്ടപ്പോൾ
കൈ മലർത്തിയ ദൈന്യമേ.......
●

അക്ഷരപ്പിച്ച

പിച്ചവെച്ച് പിച്ചവെച്ചെന്മകൾ
ഒന്നാം ക്ലാസ്സിലെത്തിനിൽക്കേ
തറ, പറ പറയുന്ന പയ്യാരം.
പിച്ചവെച്ച് പിച്ചവെച്ചെന്മകൾ
ഒന്നാം ക്ലാസ്സിലെത്തിനിൽക്കേ
മമ്മിയും ഡാഡിയുമെന്റെ മുന്നിൽ
നൃത്തം ചവുട്ടി നിൽക്കുന്നു..,
നൃത്തം ചവുട്ടി നിൽക്കുന്നു....
പിച്ചവെച്ച് പിച്ചവെച്ചെന്മകൾ
ഒന്നാം ക്ലാസ്സിലെത്തിനിൽക്കേ,
മണ്ണറഞ്ഞ നാളുകളൊക്കെ
കൺവെട്ടത്തൊരു മിന്നലാട്ടം .
കാലം കമിഴ്ത്തിയ ശീലങ്ങളൊക്കെ
മുറ്റിനിൽപ്പുണ്ടകതാരിൽ....
മുത്തശ്ശിയും മുത്തച്ഛനും
നാട്ടിപ്പണി കഴിഞ്ഞെത്തുമ്പോൾ
മുട്ടോളമെത്തുന്ന നിക്കറിട്ട്
ഗോട്ടി കളിച്ചതും ഗോറികളിച്ചതും
ഉള്ളിന്റെയുള്ളിൽ നിഴലാട്ടം....
ശീലങ്ങൾ വഴിമാറി, കോലവുമങ്ങനെ
ആണിനേം പെണ്ണിനേം കണ്ടാലറിയാതെ
ഗതികെട്ട നാടൊക്കെ പട്ടണം കണ്ടപ്പോൾ
മക്കള് നെറ്റില് തപ്പിത്തടയുമ്പോൾ
ഞാനെന്തു ചെയ്യണം രാമനാരായണാ...
ഫേസ്ബുക്കും വാട്സാപ്പും ബ്ലോഗതുമെല്ലാം
ചൂണ്ടുന്ന നേരെയൊറ്റയൊരുത്തരം:
അതാ, ആ കാണും വൃദ്ധമന്ദിരത്തിൽ
അഡ്വാൻസുചെയ്തിട്ടു വെച്ചിട്ടുണ്ടേ...
ഞങ്ങൾ പണിതുയർത്തും സ്വർഗ്ഗ--
മുണ്ടവിടെയമേരിക്കയിൽ, നിങ്ങളോ--

യിവിടെ കഴിഞ്ഞോളൂ ചാകും വരേയ്ക്കും.
വായന മരിച്ചെന്നുമില്ലെന്നും
ചർച്ചയും ഛർദ്ദിയും മൂർച്ഛിക്കേ,
പിച്ചവെച്ച് പിച്ചവെച്ചെൻ മകൾ
അക്ഷരപ്പിച്ചയും ഭിക്ഷയുമായിട്ട്
കെട്ടാൻ പാകത്തിലായല്ലോ ?...
അക്കങ്ങളാണ മഹത്തരമെന്നെന്നും
അക്ഷരം പിന്തിരിഞ്ഞോടി പിന്നാമ്പുറം.
കൂമ്പടഞ്ഞ കവിതയും കഥയുമായി
ഞാനീമൂലയിലുണ്ട്; ഗൃഹാതുരത്വം....
●

പുലിക്കുന്നിന്റെ കണ്ണടയുമ്പോൾ

എന്റെ നാട്ടിലെ കുന്നുകളെല്ലാം
കണ്ണീർ വാർക്കുന്നു, ചോര ചീറ്റുന്നു.
കുന്നുകൾ, പുഴകൾ, മരങ്ങളെല്ലാം
എനിക്ക് എത്രയും വേണ്ടപ്പെട്ടവർ,
അവർ മരിച്ചു വീഴുമ്പോൾ
ഞാനിവിടെ ഒറ്റയ്ക്കിരുന്നു.
പ്രിയപ്പെട്ടവരെല്ലാം
ജീവിച്ചിരുന്ന കാലത്തിന്റെ
നന്മയും സന്തോഷവും
അനുഭവിച്ചതിന്റെ കുളിരും
നനവും ആർദ്രതയുമായി...
ചിലരെയൊക്കെ കൊന്നുതള്ളിയതാണ്,
ചിലർ രോഗബാധയാൽ മരിച്ചു,
മറ്റുചിലരാണെങ്കിൽ കൂട്ടം തെറ്റി
ചിറകറ്റു സഹികെട്ടിരിക്കുന്നു..
എന്തിനീ നശിച്ച ജീവിതം
എന്റെ കൺമുമ്പിൽ നിന്ന്
പുലിക്കുന്ന് കണ്ണടയുമ്പോൾ
നീറി നീറിപ്പിടയുകയാണ് ഞാൻ...
എന്നേയും കൂടെ കൊണ്ടുപോകാൻ
വരാതിരിക്കുന്ന മരണമേ,
കരുണയേശാത്ത അസുരാ
നിനക്കുള്ളത് വിവേചനം മാത്രം..
കണ്ണീരു വറ്റിയ കണ്ണുകൾക്കും
ദുഃഖം ഘനീഭവിച്ച ഹൃദയത്തിനും
തേങ്ങലടങ്ങാത്ത ആത്മാവിനും
പകൽ വെളിച്ചമെന്നത്
കിട്ടാക്കനിയാണെന്നും...
ഓരോ നെടുവീർപ്പുകൾക്കിടയിലും
അനാഥത്വത്തിന്റെ ഊഷരതയ്ക്കിടയിലും

വെറുപ്പിന്റെ ലോകഭാഷയ്ക്കു മുമ്പിലും
കുമ്പിടാത്ത എന്റെ മനസ്സ്
ഇപ്പോൾ പിടയുന്നത് വെറുതേയല്ല,
മരണഘോഷയാത്രയുടെ തടവറയിൽ
പീഡിതർക്ക് സാന്ത്വനം പകരാൻ മാത്രം
ഞാൻ നിസ്സഹായനാണ്....
കണ്ണീർ നദിക്കരയിലും
ചോരക്കടലിനു നടുവിലും
നീന്താനറിയാത്ത ഞാൻ
കച്ചിത്തുരുമ്പൊന്നുമില്ലാതെ
പൊള്ളുന്ന നെറ്റിത്തടവുമായി
പിടയുന്ന കുന്നുകളെ സാക്ഷിയാക്കി
ആശങ്കാജന്മം നയിക്കുന്നു മൂകം....
●

ജെല്ലിക്കെട്ട്

താലികെട്ട്
വിറകുകെട്ട്
കോഴിക്കെട്ട്
എരുതുകെട്ട്..
കെട്ടുകളനവധി.
ജെല്ലിക്കെട്ടിൽ
തൊട്ടെന്നാൽ
തമിഴ് മക്കൾ
സമരക്കെട്ടാകും,
കേരളത്തെ തൊട്ടാലോ
ചോര തണുത്തുറഞ്ഞു പോകും?!
●

വാല്മീകി

ചെത്തിമിനുക്കിയ
പിള്ളേര്
മൊബൈലിൽ
ലൈക്കും ഷെയറും
ചെയ്ത് മുടിയുന്നത്....
അലമാരയിലെ
പുസ്തകം
കൗതുകം പോലെ
നോക്കി
വാല്മീകി പോലെ
ഒരേയിരിപ്പ്...?
●

ഓവർക്കോട്ട്

എന്റെ ചിന്തകളെല്ലാം
മാസം തികയാതെ
പെറ്റതാണെന്ന്
ആക്ഷേപം.
ഒടുക്കം,
ചിന്തകൾ
തുന്നിച്ചേർത്ത്
ഒരു ഓവർക്കോട്ട്
ഉണ്ടാക്കണമത്രേ!..
എന്തിനാണെന്നോ
ഫേസ്ബുക്കിന്റെ
പ്രൊഫൈലിനായി
ഒരു മുഴുനീള ഫോട്ടോ
സ്നാപ്പ് ചെയ്യാൻ...?
●

മണ്ഡരി ബാധിച്ച തേങ്ങ

ഒട്ടും നിനച്ചിരിക്കാതെ
പെയ്ത മഴപോൽനീ-
യെന്റെ മനസ്സിലിടം-
കേറിയമാന്തിച്ച നിൽക്കേ.....
വെള്ളമില്ലാതെ വരണ്ടുണങ്ങിയ
പാടത്തിന്റെ സങ്കടം പേറി-
നീയുറവപൊട്ടിയൊലിയ്ക്കേ
കണ്ടുകണ്ടങ്ങിരിക്കുന്ന ജനത്തിന്റെ
നെടുനിശ്വാസങ്ങൾക്കറുതിയാകവേ...
മണ്ഡരി ബാധിച്ച തേങ്ങ
കണക്കെയൊന്നിനുംകൊള്ളാതെ
പേടായെടുത്തടുപ്പിലിടവേ...
ഓർത്തതില്ല, നിന്നിൽ മുഴച്ചിരുന്നത്
ആരും പറയാത്ത കഥയിലെ
കതിരും പതിരുമായിരുന്നെന്ന്...?
ഊറിയൂറി നീയോരോദിനം
വൃഥാ ചിരിച്ചുതള്ളുമ്പോഴും
തീറെഴുതിയതെന്റെ ജന്മവു-
മതിനപ്പുറമീജാതകമില്ലാ നാട്ടും....
പെരുത്ത ജീവിതത്തിന്റെ
കൊഴുത്ത പാപങ്ങളിൽ
ഉരുണ്ടുപിരണ്ടുനിൽക്കുന്നതൊക്കെ
കറുത്തയാകാശപ്പൊരുളുകൾ..!?

●

ഉദ്ഘാടനം

സമ്മേളനം, കവിയരങ്ങ്,
ചർച്ച, സെമിനാർബ
ഇത്യാദി കാര്യങ്ങളൊക്കെ
ഉദ്ഘാടനം ചെയ്യണം,
എന്നാലേ ഗംഭീരമാകൂ.
നോട്ടീസ് വേണം,
പത്രത്തിൽ വാർത്ത കൊടുക്കണം,
പത്രസമ്മേളനം വിളിക്കണം
എന്നാലേ നാലാളറിയൂ.
ഫേസ്ബുക്ക്, വാട്സാപ്പ്
എന്നിങ്ങനെ നവമാധ്യമങ്ങളിൽ പോസ്ററി
അന്യോന്യം ലൈക്കും ഷെയറും ചെയ്യണം
എന്നാലേ നൃജന്നറിയൂ.
നിത്യവുമിവ കാണുന്ന
ഒരു സുഹൃത്ത് ചോദിക്കയാ:-
'ഭാവിയിൽ ജനനവും മരണവുമൊക്കെ
ഉദ്ഘാടനം.......?!'

●

ഹിമാലയം വിങ്ങുന്നു

നീണ്ടനാൾ ഭാരതം
കാത്തിരുന്ന ഹിമാലയം
വിങ്ങുന്നു, വിതുമ്പുന്നു;
കാത്തിരിപ്പിന്റെ
പൊരുളറിയാതെ
വാവിട്ടുകരയുന്നു
ഹൃദയഭേദകം...?
ഇല്ല, വൃഥാവിലാവില്ല
അന്വർത്ഥമാവുമോരോ
കാത്തിരിപ്പും, ദൃഢം.
കളങ്കത്തിന്റെ കുരുക്കുകൾ
മുറുകിമുറുകിപ്പിടയവേ...,
ഭാരതാംബയ്ക്കു തുണയേകി,
മുട്ടിനിൽക്കുന്നെന്റെ ശൗര്യം..
എട്ടും പൊട്ടും തിരിയാ
കുഞ്ഞുപെണ്ണുങ്ങളെ മെരുക്കിയ
ക്രൂരതയ്ക്കെന്തുത്തരം ..?
വിങ്ങുന്നുണ്ടാവണം
ബാപ്പുജിയുടെയാത്മാവ്
രാജ്ഘട്ടിനെ ഭേദിച്ച്.
മുഴങ്ങുന്നുണ്ടാകണം
കൂർത്തവെടിയൊച്ചകൾ
വെള്ളക്കാരനെ ഞെട്ടിച്ച
ഭഗത്സിങ്ങിന്റെ കാഞ്ചിയിൽ..
തീരെഴുതാത്ത വാക്കുമായ്
തീതുപ്പും കവിതയായ്
ഉയിർത്തെഴുന്നേൽക്കുഏവരും
അന്ത്യകൂദാശയ്ക്കുമുമ്പേ...
കലങ്ങിത്തെളിയും
മുറിവുണങ്ങിതളിർക്കുമീ

യഖണ്ഡഭാരതം തീർച്ച..
നാനാത്വത്തിലേകത്വ
മന്ത്രധ്വനിയിനിയു-
മുയിർക്കണമുച്ചത്തിൽ;
ഓരോകുതിരക്കുളമ്പടിയിലും
മെരുക്കാനാവാത്ത ശക്തിയായ്
കുതിക്കണം, തിരുത്തണമീ
മഹാഭാരതത്തെയനുദിനം ..
ചാട്ടവാറുകൊണ്ടടിക്കണം
കടുത്തശിക്ഷയേകണം,
ഉണ്ടാവാതിരിക്കേണമിനി-
യോരാസിഫയുമീയിരുണ്ട
ഭാരതത്തിൽ കളങ്കമേകുവാൻ...
ലജ്ജിക്കുന്നു ഭാരതാംബേ
പൊറുത്തീടുകയീപാപങ്ങൾ
കെട്ടമക്കളെ തിരുത്തുക,
കൊടിയതിന്മയിലകം നീറി
ഉഗ്രരൂപം കാട്ടരുതേ ....

●

നരയും പതയും

കെട്ട കാലത്തിന്റെ
വിമ്മിട്ട പ്പാടിനാൽ
ഞെട്ടറ്റു കിടപ്പാണു ഞാൻ
തൊട്ടറിയാതിവിടെ.
നിങ്ങൾ തൻ നോട്ടങ്ങളും
കെട്ടുപാടും പൊട്ടലും,
ചീറ്റലും ചുഴിയിടവും
തട്ടി നീക്കിയൊരു ജന്മം?
പിള്ളയ്ക്കു മറുപിള്ള,
തള്ളയ്ക്കു മറുതള്ള
തല്ലിനു തലോടൽ പോൽ
നരയും പതയുമായ്
ഇണങ്ങിപ്പിണങ്ങുവാൻ,
നിരങ്ങി നീങ്ങുവാൻ യോഗം?
ഉടുത്ത മുണ്ടിന്നറ്റം
ചവുട്ടിക്കീറിയാലും
ഇട്ട കുപ്പായത്തിന്റെ
കുടുക്കുകൾ പൊട്ടിയാലും
കുടയ്ക്കു പകരമായ്
കുരമ്പയെടുത്താലും
ഞാനിനി മറ്റൊരാളായി
ജന്മം മാറ്റാനാവോ?
പിരിഞ്ഞമ്മയെന്നാലും
അച്ഛൻ കണ്ടില്ലേലും
സങ്കടപ്പെരുക്കങ്ങൾക്ക്
നിവൃത്തി വരുത്തി ഞാൻ
ചങ്കുറപ്പോടെ നിന്നെ-
ന്നതിനീ ഭൂവിടം സാക്ഷി..
കെട്ടകാലം ചീറിപ്പാഞ്ഞു
നേർക്കു നേർ വന്നെന്നാലും
തോറ്റു കൊടുപ്പാനിനി
മനസ്സു കുനിയുന്നി-
ല്ലെൻ മേനി തളരുമ്പോഴും?...

●

കണ്ണു കീറാത്ത പൂച്ച

മനസ്സിൽ കുമിഞ്ഞു കൂടിയ മാലിന്യങ്ങൾ
പുറത്തു വലിച്ചെറിയുംപോൾ
നിർവൃതി തേടും മനുഷ്യാ
നീയൊരു മാലിന്യ ഹിമാലയം.
നന്നാവാത്ത മനസ്സുമായി നീ
സമൂഹത്തിൽ ഞെളിഞ്ഞു നിൽക്കുംപോൾ
സ്വയം നേതാവായി നീ വിരാജിക്കുംപോൾ
നീറുന്ന പ്രജകളായി ഞങ്ങളിരിക്കണോ?
വീട്ടിലും നാട്ടിലും ഇഹത്തിലും പരത്തിലും
മാലിന്യമിറക്കുന്നവനേ നീ ശവനാറി
അറ്റകൈക്ക് ഉപ്പുതേക്കാത്തവൻ
സ്വന്തമെന്ന പദത്തിന്റെ വ്യാപ്തി കൂട്ടുന്നവൻ.
നരച്ച പെറ്റ മനസ്സുമായി നീ
ഇരച്ച ജീവിതം തിമർക്കുംപോൾ
കുരച്ചു മരിച്ച ജീർണ്ണിക്കും
പിഴച്ച ജീവിതം ജനിപ്പു നീ.
കണ്ണു കീറാത്ത പൂച്ച പോൽ
മണ്ണു കാണാത്ത ജന്മമേ
തിന്മ കൊണ്ടുൺമയുയിർക്കും
നന്മ തോററ മലീമസം.
നനഞ്ഞ തീപ്പെട്ടിയിൽ
വെറുതെയുരഞ്ഞു തീരുന്ന കൊള്ളിപോൽ
തോറ്റും നോറ്റും ലീനമായലിഞ്ഞും
മാറാപ്പു തേഞ്ഞയിരപ്പാളി കോലം..?!

●

ഓണം

ഓണം:-ചിലർക്ക് പ്രാണപ്പിടച്ചിൽ
ചിലർക്ക് കലപില
ചിലർക്ക് സദ്യവട്ടം,
മറ്റു ചിലർക്ക് പൊങ്ങച്ചം.
മാവേലി വന്നാലും
വാമനൻ വന്നാലും
പാതാളം ഭൂമിയെ
ചവുട്ടിത്താഴ്ത്തിയാലും,
മാവേലി ഒരു
വെറും ചവുട്ടിയല്ല
പണമില്ലാത്തവന്റെ
പട്ടുമെത്ത തന്നെ.
വാക്കിരിക്കാത്ത ഇലയിൽ
നോക്കു കാണുന്ന
വറുത്തുപ്പേരി തന്നെയാണ്
മാവേലി എന്നും കേരളീയർക്ക്...
പിടയുന്ന മനസ്സിന്റെ
മച്ചകങ്ങളിൽ
ഇല ഈ ജന്മം കാണാത്ത
വിഭവപ്പെരുക്കം...
●

ഗാന്ധിജി

ഗാന്ധീ, നീ കടൽജലം
ആററിക്കുറുക്കിയ ഉപ്പ്.
ഞങ്ങളിൽ ഞങ്ങളിൽ
ചോരയ്ക്കു ലവണാംശമേകിയോരുപ്പ്...
വാക്കിനുമപ്പുറം പൊരുതിനിൽക്കുന്ന
വാഗർത്ഥമാകുന്ന നിങ്ങൾ,
വെടിയുണ്ട തുപ്പിയ തോക്കിനുമപ്പുറം
ശക്തി പകരുന്നോരു ശാന്തിമന്ത്രം...
അഹിംസയെ നെഞ്ചേറ്റി
സ്വരാജിന്റെ പൊരുളായി
കാലത്തെ പുല്കിയ ദർശനമേ,
ഭാരതാംബ വിളിക്കുന്നു പിന്നേയും
പോരൂ വീണ്ടും
ഈ കുരുക്ഷേത്രഭൂമിയിൽ
ഇരുട്ടിന്റെ കതിരവനാകൂ...

●

രണ്ട് ഗുരുവര്യരിലൂടെ....

പി എം വർഗ്ഗീസ്

ശാസ്ത്ര രസതന്ത്രം
പകർന്ന്
അറിവിന്നുറവ
പൊട്ടിയൊഴുക്കിയ
സുരങ്കം പണിതൊരാൾ,
കാലവാതായനങ്ങളിൽ
അകവും പുറവും
എരിച്ചെടുത്തു
പറിച്ചു നട്ടു
വിളയിച്ച ഗുരുവര്യൻ...

മുരളീധരൻ കെ പി

തലയിലെ ചേറും വെള്ളം
ഗണിതരസായനമാക്കി
ലസാഗു, ഉസാഘ കൊണ്ട്
ഘടകക്രിയ ചെയ്ത്,
ചതുരത്തിന്റേയും വൃത്തത്തിന്റേയും
വ്യാപ്തവിസ്തീർണ്ണങ്ങൾ
ചോക്കെന്ന ഒറ്റമൂലിയാൽ
നിർധാരണം ചെയ്ത്
മഞ്ഞുരുക്കം കുറിച്ചയാൾ...

●

കർക്കിടകത്തെയ്യം

ആധിയും വ്യാധിയുമാട്ടിപ്പായിക്കാൻ
കർക്കിടകത്തിലാട്ടം തെയ്യം
നന്മയൂറും പഴമതന്റെ
നേരു കാട്ടും പാട്ടുതെയ്യം,
മഴദുരിതം കണ്ടറിഞ്ഞ്
ഉള്ളകാലം നല്ലതാക്കാൻ
അല്ലൽ തേടി വരും തെയ്യം
ഓലകെട്ടിയാട്ടും തെയ്യം.
വരവറിയിക്കും ചെണ്ടകൊട്ടി
നെല്ലും തേങ്ങയും വഴിപാടാക്കാം
അധഃകൃതന്റെ അന്നത്തെയ്യം
മാരി മാറ്റും ആട്ടത്തെയ്യം.
പോയകാലം ഓർത്തെടുക്കാൻ
പോയേടത്തെ തിരിച്ചെടുക്കാൻ
ആടിവരും തെയ്യമേ നീ
എത്രകാലം എഴുന്നള്ളുമേ...
കൊട്ടിടുമ്പോൾ നിറഭക്തിയോടെ
തിരിതെളിച്ച് ഗുരുതിവെയ്ക്കും
മുത്തശ്ശിയും മണ്മറഞ്ഞു,
കെട്ടു പോയി നല്ലകാലം...
പട്ടുപോയ കാലം നോക്കി
പെട്ടുപോയ ജീവിതത്തെ
പതിരുതേടും കരയിൽനിന്നും
നെഞ്ചു നീറ്റി നോറ്റിരിക്കാം.....

●

അസ്വസ്ഥം

പലകാലമിങ്ങനെ
ചിറകറ്റു നിൽക്കുമ്പോൾ
തിരയില്ലാ കടലിലെ
വെള്ളത്തിൻ വ്യാധിയെ
സാന്ത്വനമേകുവാനാവതുണ്ടോ?
ആകാശമേഘങ്ങൾ
നിലകിട്ടാ കയത്തിലായി
തല പൂഴ്ത്തിനിൽക്കവേ
പറക നീ സോദരാ,
അയലത്തെ പൊയ്കയിൽ
നീന്തിക്കുളിക്കുവാൻ
എൻമനമേകുമോ
മദമാനസം?
മനുഷ്യാ നിൻ ചെയ്തികൾ
ആധികളേകവേ
നരനായിങ്ങനെ
മരിച്ചു ജീവിക്കുവാൻ
വ്യഥയുണ്ടു നേരായും,
ഹൃദയത്തിലൊരുപിടി
അസ്വസ്ഥ സമവാക്യം...?
●

ഭൂമി

സർവ്വേ കല്ലിട്ട്
അളന്നെടുത്ത്
മതിയാകാതിരുന്നപ്പോൾ
കാടുകയ്യേറി,
ഇനി നാളെ
കടലുകയ്യേറും..
കടലുംകരയും
തീരുമ്പോൾ
പിന്നെ ആകാശം?....
കയ്യേറികയ്യേറി
കാലിടറി വീഴുമ്പോൾ
പിടിക്കാൻ
ഒരു കച്ചിത്തുരുമ്പെങ്കിലും
ബാക്കിവെച്ചേക്കണം
ആറടിമണ്ണിന്റെ
ഉടയതമ്പ്രാക്കളെ....

●

പൂജ്യം

അദ്ധ്യാപകനും
വിദ്യാർത്ഥിക്കും
ഇഷ്ടമില്ലെന്നാലും,
ഒറ്റയ്ക്കു നിന്നാൽ
തീരെ വിലയില്ലെന്നാലും,
കൂട്ടിയാലും കുറച്ചാലും
ഗുണിച്ചാലും ഹരിച്ചാലും
കാര്യമില്ലെന്നാലും,
അക്കങ്ങൾക്ക്
പിറകിൽ നിന്നാൽ
ഗുണമൊട്ടില്ലെന്നാലും,
അക്കങ്ങൾക്കു
മുമ്പിൽ നിർത്തി
വിലപേശാൻ മാത്രം
ആക്കവും തൂക്കവുമുള്ള
പരമ പൂജ്യനാണയാൾ...!!
●

പെരുമഴയത്ത്

പെരുമഴയത്ത്
മഴയോടൊപ്പം
നനഞ്ഞളിഞ്ഞ്
അജ്ഞാതമായ
ഒരു ശവംപോൽ
ജീവിതം കുതിർന്ന്...
ആഞ്ഞുപിടിച്ച്
പിഴിഞ്ഞാറിയിട്ടാലും
ഉണങ്ങാത്ത
ഉടുപ്പ് മാത്രമായി...
ആട്ടും തുപ്പും കേട്ട്
തൊഴിയും പഴിയുമായ്
നീറി നീറി ഞരങ്ങുമ്പോൾ...
നനഞ്ഞിട്ട ഓർമ്മകൾ
മുറിവുണങ്ങാത്ത
മനസ്സിൽ നിന്നും
ഇഹം പരത്തിനായി
കൗണ്ട് ഡൗൺ
ആരംഭിച്ചിരിക്കുന്നു.....

●

കാറ്റും മഴയും

അടിച്ചു പെയ്തിട്ടും
നിലച്ചിടാത്ത നീ
ഉടച്ചിടുമോ
ഈ ഭൂവിന്റെ മോന്തായം.
തച്ച് തിരുമ്പി
ഉണക്കിയെടുക്കാൻ
എത്ര വെയിലിനി
കൊള്ളാനിരിക്കുന്നു?
മുഷിഞ്ഞ വാക്കും
നോക്കും മാത്രം
മിച്ചമാക്കി നീ
ഇനിയും പെയ്തു തീരാതെ
ഉടച്ചുവാർക്കുമോ
ഒരു പുതുലോകം?!
●

ഇടത്തരം

അവൻ ഒരു ഇടത്തരം
പയ്യനായിരുന്നു,
ഈയിടെയാണ്
അവന്റെ നോക്കും വാക്കും
ഒക്കെ മാറിത്തുടങ്ങിയത്,
ആരോ ചിലർ ഉദ്ധോത്രം
ചെയ്തിട്ടുണ്ടെന്ന് പഴമക്കാർ,
വേറെന്തോ നിഗൂഢതയുണ്ടെന്ന്
മറ്റുള്ളവർ,
അല്ല, എന്തോ തലയ്ക്ക് കാച്ചല്
പിടിച്ചിട്ടുണ്ടെന്ന് വേറൊരു കൂട്ടർ,
ഹേയ് അല്ലല്ല;അവന്റെ
വിളച്ചില് തന്നെയെന്ന്
ഇനിയൊരു കൂട്ടർ.
എന്തായാലും കാര്യം
പന്തികേടിലെന്ന് രക്ഷിതാക്കൾ,
ആകപ്പാടെ
ഒരു കൊടുങ്കാറ്റ്
തലങ്ങും വിലങ്ങും തച്ചു വീശി
എല്ലാം മുടിച്ചുവെക്കും തീർച്ച...?!
●

പ്ലാനിംഗ്

ക്യാമ്പസ്സുകളിൽ
എപ്പോഴും ഒരു കരിമ്പൂതം
ഒളിച്ചിരിപ്പുണ്ടാവും...
ചിലപ്പോൾ അതിന്റെ
മൂർച്ചയുള്ള കോമ്പല്ലുകൾക്ക്
ഇളം പ്രായമുള്ള,
ഹൃദയാർദ്രതയുള്ള,
ചുറുചുറുക്കുള്ള,
കണ്മണികളുടെ
ചൂടുള്ള രക്തം ഊറ്റിക്കുടിക്കാനായി
പെരുങ്കളിയാട്ടമാടി,
തീതുപ്പുന്ന കണ്ണുകളുമായി
ഉറഞ്ഞുറഞ്ഞുവരും....
പ്രാണനെടുത്താലും
കലിയടങ്ങാതെ
അത് പിന്നേയും
അടുത്ത ബലിപൂജയ്ക്കായി
ഇരയെ തേടിനിൽക്കും....
എന്നേക്കും അത്താണിയായ
അരുമസന്താനങ്ങളെ തന്നെ
അറുത്തുകൊന്നാൽ മാത്രമേ
'കൊന്ന പാപം തിന്നാൽ തീരും'പോലെ
അവർക്ക് നിർവൃതിയാകൂ....
കൊന്നാൽ മാത്രം പോരല്ലോ
ജീവിച്ചിരിക്കുന്നവരേയും
'ദയാവധം' നൽകി
സ്വയമാഹ്ലാദിക്കാനും
കരിമ്പൂതം പ്ലാനിട്ടിരിക്കും
●

മുജ്ജന്മ സുകൃതം

ഞാൻ ഒരു ബലിമൃഗമാണെന്നത്
നീ നേരത്തേ കണ്ടെത്തിയിരുന്നു
അസ്വസ്ഥതയുടെ ചുരങ്ങളിൽ
സത്യത്തിന്റെ നേരറിവുകൾ
മുറിവുകളായി പകർത്തിയത്
നീ തന്നെയായിരുന്നല്ലോ!?
ആൾക്കൂട്ടക്കടലുകളിൽ
നീയെന്നെ കൊന്നുതള്ളിയത്
പകരം വീട്ടലല്ലെന്ന്
ഞാൻ തിരിച്ചറിഞ്ഞപ്പോൾ
എന്റെ കവിതകൾ
നിന്റെ കണ്ണിന്റെ ആഴങ്ങളിൽ
കുത്തി നോവിച്ചത്
ഒരു പ്രായശ്ചിത്തമെന്നോണം
ഞാൻ നെടുവീർപ്പുകളിൽ
മൂടുപടമിട്ട പോലായി
എന്നിട്ടും നീ ഗർജ്ജിക്കുന്നത്
എന്റെ മുജ്ജന്മസുകൃതം!...

●

അവൻ

ഒരു കൊള്ളിയാൻ പോലെ
അവൻ മിന്നി,
അവന്റെ തിളക്കം
എപ്പോഴും
കൂരിരുട്ടിനെ ഭേദിച്ച്
കിഴക്കൻ
മലമുകളിലൂടെ
പടിഞ്ഞാറൻ കടലലകളെ
മുത്തമിട്ടുകൊണ്ട്,
ഒരിക്കലും മായ്ക്കാനാവാത്ത
ചുമരെഴുത്തായി,
ക്യാംപസ്സിനെ പ്രണയിച്ച്
സൂര്യമുഖം തെളിയും....
●

അവൾ

ആഗ്രഹങ്ങളുടെ ഇഴകൾ കൊണ്ട്
തുന്നിയെടുത്ത ഒരുവൾ,
ശൃംഗാരത്തിന്റെ
നേർത്ത തന്ത്രികൾ കൊണ്ട്
ഇഴചേർക്കപ്പെട്ട പ്രകൃതം,
കാലം തപ്പിയെടുത്ത
വാക്കുകളാൽ
സ്പർശിച്ചെടുത്ത
നനുത്ത ദേഹം,
ഉള്ളിലേയ്ക്ക്
പിടഞ്ഞുവരാൻ
കെഞ്ചുന്ന നോട്ടം,
പച്ചനോട്ടങ്ങളെ
വികാരപ്പെടുത്തുന്ന
അന്ധകാരച്ചുഴിയിൽപ്പെട്ട
സ്വകാര്യ ഉടൽ,
തെറ്റും ശരിയും
വിവേചിച്ചറിയാത്ത
വചനപർവ്വം,
ഓരോ വാക്കും
അവൾക്ക്
തെന്നിമറയാനുള്ള
സാന്ത്വനസ്പർശവും

●

കടം

അറ്റകൈക്ക്
ഉപ്പ തേക്കാനാണ്
കടം വാങ്ങിയത്..
തിരിച്ചടക്കാൻ
നിവൃത്തിയില്ലാത്തതുകൊണ്ടാണ്
ആ പണി തുടങ്ങിയത്...
പഠിച്ച പണി
പതിനെട്ടും
പയറ്റിയിട്ടും
കടം കുന്നോളം
മുന്നിൽ നിന്ന്
ശ്വാസം മുട്ടിച്ചു.
ഒടുക്കം ഞങ്ങൾ
കടമ മറന്ന്
കാലത്തോട്
കൊഞ്ഞനം കുത്തി....?!
●

പൊസളിഗെ

ഞാൻ സ്വയമങ്ങ്
കീഴാളനായതല്ല
നിങ്ങൾ നകം വെച്ച്
കീഴടക്കിയതാണ്.
ഒരു നാൾ ഞാൻ വരും
എനിയ്ക്കു മീതെ നീയിട്ട
വിലക്കുകളെല്ലാം
പിഴുതെറിഞ്ഞ്...
കെട്ടിയുയർത്തുന്നതെല്ലാം
കുത്തിയൊലിക്കുമെന്ന്
ഒരിക്കൽ നീ തിരിച്ചറിയും,
എത്ര നീയെന്നെ
തള്ളിയിട്ടാലും
ഞാൻ വീണ്ടും പടരും
ഒരു നാളെയിലേയ്ക്ക്,
നീ ജീവിക്കുന്നത്
ഇന്നിൽ മാത്രം
നാളെ എന്റേതാണ്
എന്റേതു മാത്രം..
ഞാൻ പഠിച്ച
പാഠത്തിൽ
നീ ഒരു വരിയല്ല,
ഒരു വെറും വാക്കു മാത്രം..
പാറ മണ്ണാകും പോലെ
റോഡുണ്ടാകണമെന്നില്ല,
ഉറക്കമിളച്ച
പോരാട്ടം വേണം
നിന്റെ മനസ്സു പൊട്ടിക്കാൻ..
●

* കാസർകോട് ജില്ലയിലെ പൊസളികയിൽ കീഴാളർ റോഡിനുവേണ്ടി നടത്തിയ സമരത്തെ കുറിച്ച്